VĂN HỌC MỚI

TẠP CHÍ VĂN HỌC NGHỆ THUẬT

PHÁT HÀNH MỖI THÁNG / 1 SỐ (1 NĂM 12 SỐ) Năm thứ VIII

Thư từ, bài vở, ngân phiếu - xin gởi về:
(Văn Học Mới - New Literature Magazine

Tòa Soạn
(Newsroom)
To: HA NGUYEN
10291 Arundel Ave.
Westminster, CA 92683 - 5821

vanhocmoi4@gmail.com
ntlthu1016@gmail.com
hanguyendu@gmail.com

https://tapchivanhocmoi.com
https://vanhocmoi.com

Số ghi danh Quốc Hội Hoa kỳ: ISSN 2690 - 4276

TRONG SỐ NÀY

NGUYỄN KIẾN THIẾT • TRÚC LAN • NGÃ PHƯƠNG HUYỀN • MỘNG YÊN HÀ • ĐỨC PHỔ • LÊ HỮU MINH TOÁN • HOÀNG XUÂN SƠN • TRỊNH Y THƯ • VIÊN DUNG • SA CHI LỆ • NGUYỄN VĂN SÂM • HUỲNH LIỄU NGẠN • NGUYỄN ĐÌNH TỪ LAM • TUỆ TRUNG • NT LỆ THU • TÂM THƯỜNG ĐỊNH • TIỂU LỤC THẦN PHONG • TRẦN QUÝ TRUNG • QUYÊN DI • VŨ HOÀNG THƯ • NGUYỄN THỊ KHÁNH MINH • QUẢNG XUÂN • LƯƠNG THIẾU VĂN • BIỂN BẮC • VŨ KHẮC TẾ • LƯU NGUYỄN TỪ THỨC • NGUYỄN ĐẠI DUẪN • HỨA HIẾU • HÀ NGUYÊN DU • LÂM BĂNG PHƯƠNG • TRẦN DANH THÙY • NGUYỄN AN BÌNH • NGUYỄN HỒNG LINH • NGUYỄN MINH TIẾN • TRẦN THÀNH NGHĨA • HỒ XOA • LÊ KHÁNH NHÂM • NGƯỜI SÔNG HẬU • LINHCT • PHẠM MINH HIÊN • BỈ HAO • SAN PHI •

mục lục

LỜI TÒA SOẠN
Văn Học Mới
Số 46
(Tháng 11/2025)

Quý độc giả và Cộng đồng văn chương thân mến,

Với tất cả sự trân trọng sâu sắc và niềm vinh dự, Tạp chí Văn Học Mới xin trân trọng thông báo về Số đặc biệt 47 (Tháng 12/2025), một ấn phẩm ý nghĩa nhằm vinh danh 60 năm cầm bút (1965-2025) của nhà giáo, nhà văn, nhà biên khảo Nguyễn Kiến Thiết. Di sản văn học nghệ thuật của ông nắn nót từng con chữ như tôn chỉ của *Thi Sĩ người Đức* mà tôi đã đọc qua: "*Khi sáng tạo ra chữ, những chữ nảy mầm mới là những chữ đích thực.*" – ***Bertolt Brecht***. (1913-1956)

Số báo đặc biệt này sẽ dành trọn không gian để tôn vinh những cống hiến quý giá, sự nghiệp khảo cứu, biên soạn đầy giá trị và những đóng góp bền bỉ của ông cho di sản học thuật nước nhà. Ông là một tâm hồn miệt mài gieo mầm và vun đắp cho khu vườn văn học, người đã kiến tạo nên những công trình học thuật đáng kính.

Chúng tôi tha thiết kêu gọi quý vị: nhà văn, nhà thơ, nhà phê bình, cùng những cây bút tài hoa, hãy dùng ngòi bút của mình để cất lên tiếng lòng tri ân. Chúng ta hãy cùng nhau dệt nên những áng văn, bài thơ, trang phê bình tinh tế, sâu sắc dành tặng cho Người.

Xin mời quý vị hãy để cảm hứng từ những cống hiến thầm lặng, sự nghiệp biên khảo tận tâm, và phong cách văn chương đặc sắc của nhà biên khảo Nguyễn Kiến Thiết trở thành chất liệu để quý vị lưu giữ những dấu ấn đáng nhớ về di sản học thuật của ông. Đây sẽ là một đóa hoa thơm dâng tặng người nghệ sĩ của tri thức.

Chúng tôi tin rằng, với sự góp mặt và những tinh hoa từ ngòi bút của quý vị, Số 47 sẽ tô điểm thêm một nét son rực rỡ trong bức tranh văn học đương đại.

Tạp chí Văn Học Mới chân thành cảm ơn và mong đợi được đón nhận những bài viết quý giá từ quý vị.

Thông tin gửi bài:

- Đề tài, thể loại: Tự do, không giới hạn số trang
- Thời hạn nhận bài: Trước ngày 15 tháng 11 năm 2025.

- **Nơi nhận:**
  nkttl@outlook.com
  hanguyendu@gmail.com
  vanhocmoi4@gmail.com

Trân trọng,
Ban Biên Tập Tạp chí Văn học Mới

NGUYỄN KIẾN THIẾT

BUỔI NÓI CHUYỆN CỦA NHÀ VĂN NGUYỄN THỊ HOÀNG TẠI ĐẠI HỌC VĂN KHOA SÀI GÒN NĂM 1971 - Kỳ 1

Nói đến Nguyễn Thị Hoàng, ai nấy đều nghĩ ngay tới tác phẩm *Vòng Tay Học Trò*, một cuốn tiểu thuyết đã "gây nhiều sóng gió", từng làm tốn hao giấy mực của văn giới cùng nhiều bình luận khen-chê cũng như gieo ảnh hưởng tai hại cho giới trẻ thời bấy giờ bởi "*đề tài tình yêu "cấm kỵ" ở chốn học đường, một vấn đề của thời đại mới*" (Nguyễn Vy Khanh – *Văn Học Miền Nam Tự Do 1954-1975*). Cái bóng của *Vòng Tay Học Trò* quá lớn khiến người ta quên rằng chính những bài thơ đăng rải rác trên tạp chí *Bách Khoa* từ năm 1959 đã khởi đầu văn nghiệp của Nguyễn Thị Hoàng [(1).] Trong bài nầy chúng tôi muốn đề cập tới "Buổi Nói Chuyện Của Nhà Văn Nguyễn Thị Hoàng Tại Đại Học Văn Khoa Sài Gòn Năm 1971" trong đó có chi tiết liên quan liên quan tới tác phẩm *Vòng Tay Học Trò.*

Nhằm mục đích nâng cao kiến thức cho môn sinh của mình, nhứt là để tránh "học chay", trong một số buổi giảng tại Đại học Văn Khoa Sài Gòn, GS Thanh Lãng đã mời các văn, thi sĩ đến thuyết trình về kinh nghiệm viết văn, làm báo của họ. Chẳng hạn tác giả "*Thềm Hoang*" (Nhật Tiến), "*Tôi Kéo Xe*" (Tam Lang), tác giả "*Vòng Tay Học Trò*" (Nguyễn Thị Hoàng). Từ đó sinh viên được dịp tiếp cận, "mắt thấy tai nghe" và tha hồ đặt câu hỏi để các nhà văn có tên tuổi giải đáp thỏa đáng. Nhóm Văn Học Việt Nam Đại học Văn Khoa Sài Gòn (ĐHVKSG) và Tòa soạn tạp chí *Nghiên Cứu Văn Học* (*NCVH*) dưới sự đỡ đầu của Giáo sư Thanh Lãng đã phân công tổ chức Buổi nói chuyện của nhà văn Nguyễn Thị Hoàng với Sinh viên Văn khoa tại Giảng đường P.202 ĐHVKSG vào chiều thứ Ba, ngày 11/5/1971. Ngoài "văn bản" của GS Thanh Lãng, Tòa soạn *NCVH* đã ghi chép đầy đủ buổi nói chuyện. **Nhuệ Hương** chấp bút, tường thuật khá tỉ mỉ để đăng liên tiếp trên *NCVH* số **5**, tháng 7/1971 (các trang

52-65) và số **6**, tháng 8/1971 (các trang 33-43) với tựa đề: "***Nữ sỹ NGUYỄN THỊ HOÀNG: Cuộc đời và Tác phẩm***". Người viết muốn dành một điểm son cho Nhuệ Hương đã mất rất nhiều thời gian để "chấp bút" – giống như chúng tôi đã vô cùng khó nhọc để thực hiện bài "*Phỏng Vấn Giáo Sư Trần Văn Khê Về Dân Ca Miền Nam*".

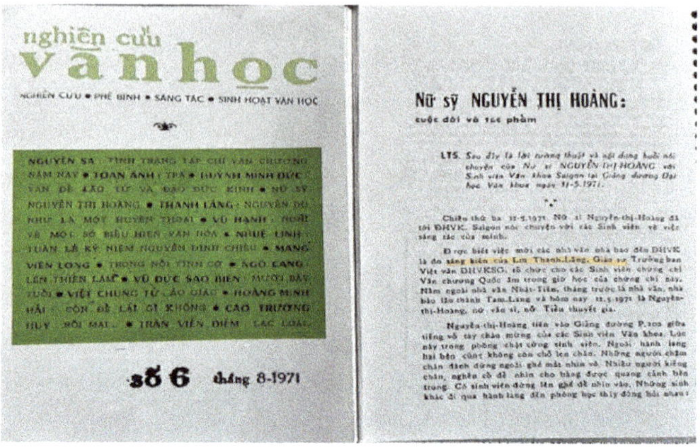

*Hình trái: *Bìa 1 tạp chí Nghiên Cứu Văn Học, số 6 tháng 8-1971*
*Hình phải: *Trang báo đầu tiên bài: "Nữ sỹ Nguyễn Thị Hoàng: cuộc đời và tác phẩm".*

Năm mươi bốn năm qua (1971-2025), chúng tôi *chưa* thấy sách báo hay các trang mạng xã hội nào *tường thuật tỉ mỉ* về buổi nói chuyện nầy – ngoại trừ **Lieu Truong** đã tường thuật vắn tắt về buổi tọa đàm với chủ đề "Phụ nữ và văn chương" (diễn giả là nhà văn Nguyễn Thị Hoàng) do Viện Trao Đổi Văn Hóa Với Pháp (IDECAF) tổ chức tại Phân Viện ở Việt Nam, ngày 16/12/2020. Nhận thấy các số báo *NCVH* dẫn trên đa phần bị thất lạc (chúng tôi may mắn có trong tay gần như trọn bộ nhờ GS Nguyễn Văn Trung còn giữ được và mang đầy đủ các số báo từ Việt Nam qua để giao cho ông Trịnh Viết Đức, cựu Giám đốc nhà xuất bản Nam Sơn, lo việc sao chụp xuất bản tại Montréal, năm 2000). Thiết nghĩ đây là tư liệu hiếm quý, có ý nghĩa lịch sử và hữu ích cho văn học sử, nên chúng tôi xin được hân hạnh giới thiệu để hầu bạn đọc – nhứt là nhằm cung cấp một vài mảnh vụn văn học cho các nhà viết văn học sử. Vì bài báo quá dài (tổng cộng 25 trang) nên Nguyễn Kiến Thiết tôi trước khi *Tóm lược có chọn lọc* nội dung bài tường thuật nầy đã đưa ra một vài *Nhận định sơ khởi* để bạn đọc tiện theo dõi. Chúng tôi chia bài viết làm **ba** kỳ:

. **Kỳ 1**: Mục đích buổi nói chuyện: Lời giới thiệu của GS Thanh Lãng

. **Kỳ 2**: Vào lời của Nguyễn Thị Hoàng

. **Kỳ 3**: Thắc mắc, Giải đáp.

Khi trích dẫn, chúng tôi tôn trọng nguyên tác, cụ thể vẫn giữ nguyên chữ hoa/ chữ thường/ chữ nghiêng/ gạch nối, v. v... Trường hợp nguyên tác viết sai chánh tả, chúng tôi mạo muội sửa lại cho đúng, in chữ đậm trong dấu [ ]. Chẳng hạn: suông sẻ, viết đúng chánh tả là: [**suôn sẻ**].

Dưới đây là kỳ 1.

***Lời giới thiệu của GS Thanh Lãng**

Để giúp bạn đọc tiện theo dõi, chúng tôi tóm tắt những ý chánh Lời giới thiệu của GS Thanh Lãng về Mục đích buổi nói chuyện. Mở đầu, GS Thanh Lãng nói: "*Tôi xin được thay mặt lớp chứng chỉ Văn chương Quốc âm (...) chào mừng nữ tiểu thuyết gia Nguyễn-thị-Hoàng*". Giáo sư cũng nêu rõ **mục đích buổi nói chuyện**, đây không phải là một cuộc diễn thuyết của nhà văn mà là một "*Cuộc nói chuyện hôm nay nằm trong khuôn khổ của chương trình Nghiên Cứu Văn Học Việt Nam hiện đại của chứng chỉ Văn chương Việt Nam*".

Để công việc nghiên cứu, học tập của sinh viên được sống động, tránh "học chay", giáo sư đã có *sáng kiến* "*muốn* ***bắc một cây cầu giữa ĐHVK Saigon và giới làm Văn chương Nghệ thuật ở ngoài*** [chúng tôi ghi đậm], *tức giới làm văn hóa, làm Văn chương Nghệ thuật thuần túy*" (2). Khi giới thiệu nữ sĩ Nguyễn Thị Hoàng với anh chị em sinh viên, GS Thanh Lãng nói: "*Hôm nay đón tiếp Nguyễn-thị-Hoàng ở đây, chúng tôi cầu mong, chờ đợi đón nhận được nghe một kinh nghiệm, một trường hợp sống động về công trình sáng tác viết lách, xây dựng một tác phẩm tiểu thuyết*". Giáo sư còn nhấn mạnh: "*Người được mời đến đây nói* *chuyện sẽ không đem ra những lý thuyết trừu tượng, không đặt những nguyên tắc về tiểu thuyết"*. Tưởng cũng nên biết, lúc bấy giờ nữ sĩ là Giám đốc một nhà xuất bản lớn ở Sài Gòn, đồng thời là Phó TổngThư ký của Trung Tâm Văn Bút Việt Nam.

Cuối cùng giáo sư mời gọi: "*đã có con người NTH bằng xương bằng thịt ở đây (...). Các bạn sẽ có thể phỏng vấn hàn huyên thêm nhiều và nhất là sẽ có dịp nghe câu chuyện văn chương"*.

Sau đây là **nguyên văn bài phát biểu của GS Thanh Lãng**:

"Tôi xin được hân hạnh thay mặt lớp chứng chỉ Văn chương Quốc âm tức chứng chỉ Văn chương Việtnam để lời chào mừng nữ tiểu thuyết gia Nguyễn-thị-Hoàng. Có nhiều người hiểu lầm đây là cuộc diễn thuyết của tiểu thuyết gia Nguyễn-thị-Hoàng, mà sự thực là không. Cuộc nói chuyện hôm nay nằm trong khuôn khổ của chương trình Nghiên Cứu Văn Học Việt Nam hiện đại của chứng chỉ Văn chương Việt Nam. Chương trình của chứng chỉ này năm nay gồm hai phần:

Phần 1 là việc nghiên cứu về kỹ thuật xây dựng tác phẩm phê bình.

Phần 2 là việc nghiên cứu về kỹ thuật xây dựng tác phẩm tiểu thuyết và lịch sử tiểu thuyết hiện đại Việt Nam.

*Sau những phần mà anh chị em Sinh viên nghiên cứu những lý thuyết trừu tượng về công trình xây dựng tác phẩm tiểu thuyết, tôi có sáng kiến muốn mời những người thực sự đã làm công việc xây dựng tác phẩm tiểu thuyết. Trước đây chúng ta đã mời nhà văn Tam Lang, một tiểu thuyết gia đồng thời là người viết phóng sự. Hôm nay chúng ta lại được hân hạnh đón nữ tiểu thuyết gia Nguyễn-thị-Hoàng. Trong chiều hướng muốn **bắc một cây cầu giữa ĐHVK Saigon và giới làm Văn chương Nghệ thuật ở ngoài*** [chúng tôi ghi đậm], *tức giới làm văn hóa, làm Văn chương Nghệ thuật thuần túy.*

Từ lâu Đại học đã được nhìn như là đóng khuôn và giới ở ngoài nhìn vào giới Đại học như là một tháp ngà vô ích cho xã hội, không có những sinh hoạt Văn hóa, không có những sinh hoạt Văn chương Nghệ thuật. Giới ở trong Đại học khi nhìn ra giới bên ngoài cũng không thấy mình có liên hệ gì với giới bên ngoài và cũng không bao giờ dám màng tưởng đến là sẽ có ngày mình sẽ tham dự vào cái sinh hoạt Văn hóa, vào sinh hoạt Văn chương Nghệ thuật.

Muốn bắc một cây cầu giữa giới trẻ, giới đang hướng về làm Văn chương Nghệ thuật, làm Văn hóa mai ngày và những vị đang làm Văn chương Nghệ thuật vào nói chuyện ở chứng chỉ Văn chương Việt Nam. Người được mời đến đây nói chuyện sẽ không đem ra những lý thuyết trừu tượng, không đặt những nguyên tắc về tiểu thuyết.

Anh chị em chúng tôi chào mừng Nguyễn-thị-Hoàng là chào mừng như một kinh nghiệm sống. Trong một giờ chúng tôi muốn nghe NTH cho biết: đã xây dựng tác phẩm tiểu thuyết của mình như thế nào. Chúng tôi đã được nghe Bùi-Nhật-Tiến và Tam-Lang. Các vị ấy đã cho biết họ đã và đang xây dựng tác phẩm tiểu thuyết của mình trong trường hợp nào, trong những điều kiện nào, trong những cái gửi gấm nào.

Hôm nay đón tiếp Nguyễn-thị-Hoàng ở đây, chúng tôi cầu mong, chờ đợi đón nhận được nghe một kinh nghiệm, một trường hợp sống động về công trình sáng tác viết lách, xây dựng một tác phẩm tiểu thuyết.

Tôi không cần phải giới thiệu nữa vì đã có con người NTH bằng xương bằng thịt ở đây. Hiện giờ NTH đang điều khiển một nhà xuất bản lớn và là Phó Tổng thư ký của Trung Tâm Văn bút Việt Nam. Chủ nhật 16/5/71 tới đây TTVBVN khai trương trụ sở mới ở số 107 đường Đoàn-thị-Điểm. Buổi nói chuyện đầu tiên sẽ nói về nhà văn Huỳnh-Thiên-Kim, một nhà văn, một thi sĩ của Miền Nam mới qua đời. Diễn giả là ông Phạm-Việt-Tuyền. Chắc hôm đó sẽ gặp NTH. Các bạn sẽ có thể phỏng vấn hàn huyên thêm nhiều và nhất là sẽ có dịp nghe câu chuyện văn chương.

Tôi không dám dài lời, xin trao trả lại NTH cho các bạn".

Người ghi: **NHUỆ HƯƠNG**

Sưu tầm, nhận định, trích đăng: **NGUYỄN KIẾN THIẾT**

*Xin xem tiếp kỳ **2: Vào lời của Nguyễn Thị Hoàng.**

Chú thích:

1. Trong quyển *Những Mảnh Vụn Văn Học*, Văn Học Mới Hoa Kỳ xb. 2025, chúng tôi có viết: [Xuất phát từ việc thương học trò, ông (tức GS Thanh Lãng) áp dụng phương pháp giảng dạy độc đáo: đó là sưu tầm tư liệu để tránh ***học chay***. Chính Đỗ Lai Thúy đã đánh giá cao phương pháp giảng dạy của nhà giáo Thanh Lãng: *"Chỉ học nguyên lý mà không đọc tác phẩm, chỉ học luận điểm mà không đọc, hoặc không có để đọc, các luận chứng. Bởi thế, dạy – học trở nên áp đặt, độc thoại. Sinh viên không có tư liệu gốc, thứ vật liệu mà từ đó thầy khái quát nên những nguyên lý, những luận điểm..., một mặt xác lập ý kiến của mình, mặt khác hiểu âu quan điểm của thầy, thậm chí đối thoại với quan điểm của thầy"* (Thanh Lãng, từ tư liệu đến cách phân kỳ văn học)].

2. Bài thơ đầu tiên số I tựa "Nắng Trưa", thể ngũ ngôn, với hai câu cuối là:

Tình yêu không dám nói
Bâng khuâng nên thở dài.
(*Bách Khoa* số **63**, ngày 15/8/1959, tr.87)

NGUYỄN KIẾN THIẾT

TRÚC LAN
TRĂNG THU

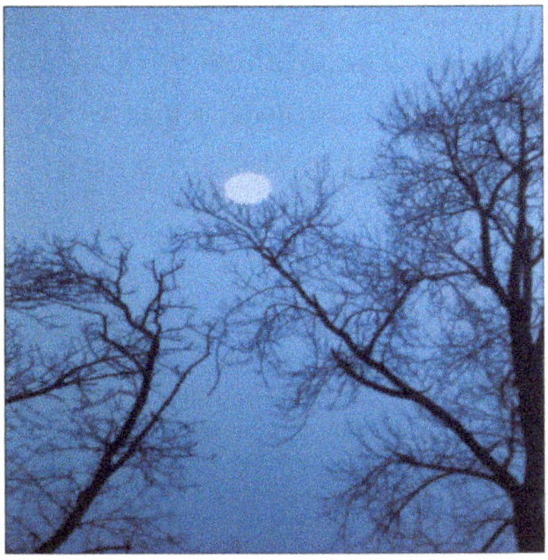

Bài 1:

Trăng tròn vạnh đã lên cao
Ánh trăng bàng bạc phủ vào đêm thâu
Trời Thu ảm đạm một màu
Bóng cây trụi lá hằn sâu giọt buồn!

Bài 2:

Trăng tròn vạnh lên cao khỏi núi
Tỏa ánh sáng buồn khắp nhân gian
Hàng cây trụi lá đìu hiu ngủ
Thu đã đi qua cuốn lá vàng!

Trăng của tình yêu - trăng hò hẹn
Cho tình ta đẹp mãi, như thơ
Đêm nay trăng lạnh sầu lẻ bóng
Ai biết tình ai luống hững hờ!

Thơ **Trúc Lan** - Ảnh Lê Quang Xuân

NGÃ PHƯƠNG HUYỀN

Nobel Văn Học - 2025

LÁSZLÓ KRASZNAHORKAI:

Người Du Hành Trong Cơn Tận Thế Ngôn Từ

(The 2025 Nobel Prize in Literature – László Krasznahorkai: The Pilgrim of the Word's Apocalypse)

Trích đoạn mở đầu – từ *The Melancholy of Resistance*

"Tất cả đang sụp đổ, nhưng chẳng ai nghe thấy tiếng đổ. Thế giới không tan đi trong một cú nổ, mà bằng sự mòn dần của linh hồn."

Đoạn văn này cô đọng toàn bộ tinh thần Krasznahorkai – nơi *hủy diệt và cứu rỗi, hư vô và hi vọng* cùng tồn tại trong từng nhịp thở của ngôn từ.

DẪN NHẬP

Giải Nobel Văn học năm 2025 đã gọi tên **László Krasznahorkai**, nhà văn **Hungary** được mệnh danh là ***"bậc thầy của tận thế và im lặng."***

Trong một thế giới mà chữ nghĩa dễ bị lãng quên, ông đến như kẻ hành hương đi xuyên qua đổ nát để chứng minh rằng: ***ngôn ngữ vẫn* còn *khả* năng cứu *rỗi nhân loại.***

Giải thưởng này không **chỉ tôn vinh một** văn **nghiệp, mà** còn **là lời khẳng** định: *Văn học* đích *thực không chiều chuộng dễ dãi, mà đi tìm* **cái sâu của tâm thức**.

Krasznahorkai đã mở ra một lối đi hiếm hoi, nơi tiểu thuyết không chỉ kể chuyện mà trở thành **thiền định triết học về tồn tại**.

I. TIỂU SỬ & BỐI CẢNH SÁNG TÁC

László Krasznahorkai sinh năm **1954 tại Gyula,Hungary** - một vùng đất mang đậm dấu ấn Trung Âu, nơi ký ức chiến tranh, *chủ nghĩa toàn trị và suy tàn* đạo đức để *lại dấu ấn sâu sắc.*

Ông *tốt nghiệp ngành Luật, sau đó chuyển sang Văn họctại* Đại ***học Budapest****. Những* năm 1980, *khi Bức màn sắt dần rạn nứt,* ông *xuất bản tiểu thuyết* đầu *tay* ***Satantango****, ngay lập tức* gây *tiếng vang vì lối viết dày* đặc, *triết tính và cấu trúc vòng lặp kỳ dị.*

Krasznahorkai là người **Hungary thứ hai** *nhận giải Nobel Văn học, sau* **Imre Kertész (2002).**

Tác phẩm của ông được chuyển ngữ sang hơn 30 thứ tiếng, và từng đạt **Man Booker International Prize, National Book Award (Hoa Kỳ***), cùng nhiều giải thưởng quốc tế khác.*

Không chỉ sống trong thế giới chữ, ông còn *cộng* tác với điện *ảnh* – đặc *biệt* là đạo *diễn* **Béla Tarr**, người đã chuyển thể ***Satantango*** *và* ***Werckmeister Harmonies*** thành phim được xem là kiệt tác châu Âu hậu hiện đại.

Ngòi bút Krasznahorkai chính là nhịp điệu ***chậm của sự suy tàn – như thể*** ông ***viết bằng bóng tối.***

II. NHỮNG THÀNH TỰU & CHỦ ĐỀ NỔI BẬT

1. Những tác phẩm chính

Satantango (1985) – vòng lặp tuyệt vọng trong xã hội nông thôn mục rữa.

The Melancholy of Resistance (1989) – bản hợp tấu giữa khủng hoảng và hy vọng.

Seiobo There Below (2008) – cuộc truy tầm cái đẹp qua các nền văn minh.

Baron Wenckheim's Homecoming (2016) – sự trở về trong thế giới đã mất trật tự.

Spadework for a Palace (2018) – văn xuôi triết học, kết hợp hư cấu và chiêm nghiệm.

2. Thi pháp tận thế và cấu trúc mê cung

Câu văn của **Krasznahorkai** dài, gần như bất tận. Mỗi dòng chảy là một nhịp ý thức – nơi con người dấn sâu vào hỗn loạn của chính mình.

Thế giới trong tác phẩm của ông **không bị tiêu diệt bằng chiến tranh**, mà bằng **sự rã mục âm thầm của linh hồn và ngôn ngữ.**

Nhân vật không còn hành động, họ **tồn tại** – như những "thiên

giả của tuyệt vọng."
Đọc Krasznahorkai là bước vào **cơn mê ngữ nghĩa**, nơi chữ trở thành không gian sống.

III. ẢNH HƯỞNG & ĐÓNG GÓP

Krasznahorkai *không chỉ đại diện cho* văn *học* **Hungary,** *mà* còn *là* ***một trong những tiếng nói siêu quốc gia quan trọng của thế kỷ XXI.***

Ông **mở rộng giới hạn tiểu thuyết:** *từ kể chuyện sang* ***tư duy triết học bằng ngôn từ.***

Trong thời đại mạng xã hội, ông là bằng chứng sống rằng **văn chương sâu thẳm vẫn tồn tại** – như một dòng chảy ngược, không cần ồn ào.

Điểm đặc sắc nhất là **sự giao thoa Đông – Tây** trong tư tưởng. Ông chịu ảnh hưởng của triết học châu Á, đặc biệt từ **Lão Tử, Phật giáo, và Thiền Nhật Bản**.

Trong các chuyến đi Trung Hoa, Nhật Bản, ông tìm thấy cái đẹp trong **"tĩnh"** – đối nghịch hoàn toàn với cơn điên cuồng của hiện đại.

"Tôi viết để **chống lại sự ồn** ào. ***Vì chỉ trong im lặng,* con người mới nghe thấy mình."**

IV. SO SÁNH & CỘNG HƯỞNG TRONG VĂN HỌC VIỆT HẢI NGOẠI:

Từ góc nhìn văn học Việt hải ngoại, Krasznahorkai không xa lạ.
Ông là tri âm tinh thần của một thế hệ cầm bút Việt sống giữa chia lìa và khát vọng hồi sinh chữ nghĩa.
Cùng ông, ta nhận ra một cộng hưởng sâu sắc giữa những nhà văn – nhà thơ đã biến lưu đày thành thiền định, và cô tịch thành ngôn ngữ.

1. Trịnh Y Thư – *Cấu trúc mê cung của ý thức*

Như Krasznahorkai, Trịnh Y Thư kiến tạo thế giới văn

chương như một mê cung tư **tưởng** và linh hồn, nơi câu chữ chảy tràn như dòng hiện sinh.

Các tác phẩm tiêu biểu: *Người đàn bà khác* (tập truyện, 2010), Chỉ là **đồ** chơi (tạp bút, 2012), *Theo Dấu Thư Hương* (tập tản **văn**/phê bình gần **đây),** và **đặc** biệt tiểu thuyết ***Đường về thủy phủ*** với nhịp điệu suy tư và cấu trúc trầm sâu của ký ức tập thể. Ở ông, ý thức hậu hiện đại hiện ra bi thiết mà thâm trầm; câu văn nhiều khi vận hành như một dòng suy tưởng bất tuyệt, đối thoại trực diện với thân phận và lịch sử.

2. Vũ Hoàng Thư – ***Triết lý suy tàn và thi ca hư vô***

Vũ Hoàng Thư dùng thơ như **hành vi phản** tỉnh, nhìn cái chết và sự biến mất bằng tâm thế an nhiên.

Thơ **ông** không tả, mà thiền, khiến người **đọc** thấy mình lạc vào cõi "tận thế của cái đẹp".

Tinh thần này đồng **điệu** với The Melancholy of Resistance – nơi hủy diệt chính là cánh cửa dẫn về minh triết.

3. Hoàng Xuân Sơn – ***Linh cảm của hoàng hôn và khải** huyền*

Như Krasznahorkai, Hoàng Xuân Sơn viết trong **ánh** chạng vạng – nơi **tình yêu** và tàn phai cùng ngân một **âm** vang nhân bản.

Ngôn ngữ của **ông** ẩn chứa sự rệu rã của thế giới, nhưng đồng thời **có ánh** sáng khởi nguyên – như lời nguyện thầm cho nhân loại chưa kịp tuyệt vọng.

4. Hà Nguyên Du – ***Tỉnh thức qua chữ, cứu rỗi qua thi ca***

Thi ca của **Hà Nguyên Du** ***đi giữa tư tưởng hiện sinh và tinh thần Thiền, xem mỗi con chữ như pháp môn để khai mở tự ngã.***

Nếu Krasznahorkai dùng tiểu thuyết **để** cứu linh hồn nhân loại, thì **Hà Nguyên Du** ***dùng thi ca để cứu linh hồn của chữ nghĩa.***

Cả hai gặp nhau trong điểm giao: ***ngôn ngữ là con đường***

giải thoát.

5. Nguyễn Thị Khánh Minh & Lê Thị Huệ – ***Hai nữ diện linh cảm và ý thức hiện sinh***
Hai tác giả này đại diện cho sức sáng tạo độc lập và tinh t hần tự do trong văn học nữ hải ngoại.

N**guyễn Thị Khánh Minh** viết như người đi giữa cõi mộng và hiện thực, dùng hình ảnh, ***ánh sáng***, và ***âm thanh*** **để** mở cửa nội **tâm.** Thơ bà là sự duyên dáng của tĩnh lặng, một kiểu minh triết nữ tính rất gần với tư **tưởng** phương **Đông** mà Krasznahorkai từng chiêm nghiệm.

Lê Thị Huệ, *với giọng thơ và tùy bút táo bạo, sắc sảo, đã phá vỡ biên giới thể loại.* Ngôn ngữ bà là sự phản kháng nhẹ nhàng mà quyết liệt, nơi nữ quyền và hiện sinh giao thoa trong **ánh** sáng nghệ thuật.

Cả hai, cùng với những tên tuổi khác trong cộng đồng văn học Việt hải ngoại, đều ***góp phần khẳng định một dòng chảy văn chương tự do – khai phóng – giàu nhân bản, song hành cùng tinh thần khám phá ngôn ngữ và bản thể của Krasznahorkai.***

Tất cả họ – dù sống ở những không gian khác nhau – đều gặp nhau ở một điểm lặng thiêng liêng:

Viết là hành động kháng cự lại sự im lặng.
Và chính trong kháng cự ấy, ngôn ngữ hồi sinh.

VI. KẾT LUẬN

Giải Nobel Văn học 2025 dành cho László Krasznahorkai là một sự kiện mang ý nghĩa toàn cầu – không chỉ vì tôn vinh tài năng, mà vì khẳng định niềm tin rằng văn chương còn có thể cứu chuộc con người.

Trong một thế giới bị xé nhỏ bởi thông tin, ông nhắc ta rằng:

"***Mỗi câu chữ nếu*** được ***viết bằng tâm, sẽ hóa thành*** ánh ***sáng.***"

Và đó cũng là sứ mệnh PHƯƠNG HUY mà ***Tạp chí Văn Học Mới cùng những người cầm bút hải ngoại vẫn giữ:*** **Viết để giữ lửa nhân cách, để thắp sáng linh hồn nghệ thuật, để ngôn từ không bị lãng quên giữa ồn ào thế gian.**

NGÃ PHƯƠNG HUYỀN

TÀI LIỆU THAM KHẢO

The Guardian,"László Krasznahorkai wins the Nobel Prize in Literature 2025."

Reuters, "Hungarian 'Master of the Apocalypse' wins 2025 Nobel Prize in Literature."

AP News,"Hungarian master of absurdist excess wins Nobel Literature Prize."

Le Monde (France), "Hungarian author László Krasznahorkai awarded 2025 Nobel Prize in Literature."

ENGLISH VERSION

(Full English text following the Vietnamese version for publication in bilingual layout)

THE 2025 NOBEL PRIZE IN LITERATURE –LÁSZLÓ KRASZNAHORKAI: THE PILGRIM OF THE WORD'S APOCALYPSE

(Opening excerpt – from The Melancholy of Resistance *):*

"Everything is collapsing, yet no one hears the sound. The world does not end with an explosion, but with the slow erosion of the soul."

(Full English version corresponding to the above Vietnamese text will appear here, paragraph by paragraph, keeping exact structure and tone.)

Opening Excerpt – from *The Melancholy of Resistance*

"Everything is collapsing, yet no one hears the sound. The world does not end with an explosion, but with the slow erosion of the soul."

This brief passage condenses the entire spirit of Krasznahorkai's universe—where *destruction and redemption*, *nihilism and hope*, coexist within the same pulse of language.

INTRODUCTION

The 2025 Nobel Prize in Literature has been awarded to **László Krasznahorkai**, the Hungarian author celebrated as *"the master of apocalypse and silence."* In an age when words are easily forgotten, he walks through the ruins to prove that **language still has the power to redeem humanity**.

This prize honors not only a body of work but a philosophy: True literature does not seek comfort—it seeks **the depth of consciousness**.

Krasznahorkai has opened a rare path, where the novel becomes not merely storytelling, but a **philosophical meditation on being**.

I. LIFE AND CONTEXT

Born in **1954 in Gyula, Hungary**, László Krasznahorkai grew up in a region scarred by Central Europe's turbulent history-war, totalitarianism, and the decay of moral values. He studied Law before turning to Literature at the University of Budapest.

In the 1980s, as the Iron Curtain began to crack, he published his debut novel, ***Satantango***, which instantly stunned critics with its dense prose, philosophical tone, and cyclical structure.

Krasznahorkai is the **second Hungarian Nobel laureate in Literature**, after **Imre Kertész (2002)**. His works have been translated into over 30 languages and have earned him the **Man Booker International Prize**, the **U.S. National Book Award (Translated Literature)**, and many other honors.

Beyond literature, he collaborated closely with filmmaker **Béla Tarr**, whose adaptations of *Satantango* and *Werckmeister Harmonies* are now regarded as cinematic masterpieces of post-modern Europe.

Krasznahorkai's pen captures the **slow rhythm of decay**—as if he were writing directly out of darkness itself.

II. MAJOR WORKS AND THEMES

1. Key Works

Satantango (1985) – a hopeless loop within a decaying rural world.

The Melancholy of Resistance (1989) – a symphony of crisis and fragile hope.

Seiobo There Below (2008) – a quest for beauty across civilizations.

Baron Wenckheim's Homecoming (2016) – a return to a world stripped of order.

Spadework for a Palace (2018) – philosophical fiction blending thought and dream.

2. Apocalyptic Poetics and Labyrinthine Form

Krasznahorkai's sentences are long—almost unending. Each stream of words is a **movement of consciousness**, leading the reader into the chaos of existence itself.

In his universe, the world is **not destroyed by war**, but by the **silent corrosion of soul and language**.

His characters rarely act; they **exist**—like "monks of despair."

To read Krasznahorkai is to enter a **labyrinth of meaning**, where language becomes the space of being.

III. INFLUENCE AND CONTRIBUTION

Krasznahorkai stands not merely as a Hungarian writer but as a **trans-national voice of the 21st century**.

He has expanded the boundaries of the novel—from narrative toward **philosophical reflection through language**.

In the age of social media, he proves that **deep literature still survives**—flowing quietly against the current of noise.

His thought reveals a profound **East–West interflow**. He absorbed the spirit of **Lao Tzu, Buddhism, and Zen**, discovering beauty in stillness—completely opposed to modern frenzy.

"I write to resist the noise. Only in silence can one hear oneself."

IV. PARALLELS IN VIETNAMESE DIASPORA LITERATURE

From the viewpoint of Vietnamese diaspora literature, Krasznahorkai feels like a **spiritual kindred**. He shares deep resonance with writers such as **Trịnh Y Thư, Vũ Hoàng Thư, Hoàng Xuân Sơn**, and especially **Hà Nguyên Du**—those who also pursue **enlightenment through language**.

Trịnh Y Thư Like Krasznahorkai, Trịnh Y Thư constructs a world that is a labyrinth of thought and soul, where sentences flow as currents of existence. Representative works include Người đàn bà khác (short stories, 2010), Chỉ là đồ chơi (essays, 2012), Theo Dấu Thư Hương (recent prose/criticism), and especially the novel Đường về thủy phủ, whose pacing and structure probe the depths of collective memory. In his writing, a postmodern sensibility emerges—tragic yet contemplative—while the prose often operates as a seemingly unending stream of reflection, engaging the self and history in direct dialogue.

Vũ Hoàng Thư echoes his philosophical melancholy, where poetry itself becomes an act of reflection on nothingness.

Hoàng Xuân Sơn writes in twilight tones—bearing the same "humane apocalypse" that pervades Krasznahorkai's world.

Hà Nguyên Du – Awakening through Words, Redemption through Poetry (Revised Translation)

The poetry of Hà Nguyên Du harmonizes existential thought and Zen spirit, where every word becomes a Dharma gate illuminating the self.

His verse transforms introspection into meditation, transforming suffering into awareness and awareness into art.

If Krasznahorkai uses the novel to redeem the soul of humanity, then Hà Nguyên Du uses poetry to redeem the soul of language—to keep words from perishing amid the noise of the world.

Both meet at the same luminous crossroad: language as

the path to liberation, where the act of writing itself becomes a spiritual awakening.

V. CONCLUSION & EDITORIAL NOTE

The 2025 Nobel Prize in Literature awarded to László Krasznahorkai marks a **universal affirmation**—not only of talent, but of faith: that **literature can still save humanity**.In a world fragmented by information, he reminds us: "Each word written with a true heart becomes light."

That same conviction inspires *Văn Học Mới* and all diaspora writers who continue to write - to **keep the flame of integrity**, to **illuminate the soul of art**, and to **ensure that language never vanishes amid the world's noise.**

REFERENCES

The Guardian - "László Krasznahorkai wins the Nobel Prize in Literature 2025."

Reuters -"Hungarian 'Master of the Apocalypse' wins 2025 Nobel Prize in Literature."

AP News - "Hungarian master of absurdist excess wins Nobel Literature Prize."

Le Monde (France) - "Hungarian author László Krasznahorkai awarded 2025 Nobel Prize in Literature."

NGÃ PHƯƠNG HUYỀN

Thơ Từ Đâu Sinh Ra ...
(Và Vì Sao Nhan Sắc Thơ Đẹp Hơn Mỹ Nhân *Chính Phục Cả Lòng Nhân Loại ?)*

Thơ ca từ lâu đã trở thành một hình thức nghệ thuật tinh túy, *góp phần xây dựng và phát triển văn hóa, lịch sử nhân loại.*

- Không giống như các nghệ thuật khác, thơ được xem như tiếng nói sâu thẳm nhất của tâm hồn con người, diễn tả những cảm xúc khó nắm bắt nhất.

-*Với khả* năng *truyền tải* tình *cảm, tư* tưởng, *và khát vọng của con người, thơ không chỉ sinh ra từ những rung* động *của trái tim mà* còn từ *nhu cầu giao tiếp với vũ trụ, con người và cuộc sống.*

-Vẻ đẹp của thơ vượt qua cả nhan sắc của mỹ nhân, không phải vì vẻ bề ngoài, mà vì khả năng chạm đến những góc khuất tâm hồn, tạo ra sự kết nối mạnh mẽ giữa con người với nhau và với chính bản thân họ.

Thơ Sinh Ra Từ Đâu?

Thơ sinh ra từ *"cảm* xúc con ngườ*i"*, *từ những trải nghiệm và khát vọng không thể diễn tả* đầy đủ *bằng lời nói thông thường.* ***Nó chính là tiếng gọi từ trái tim đến trái tim, nơi mà lý trí*** đôi ***khi không thể vươn tới.*** Thơ được xem như là sản phẩm của "*trí* tưởng tượ*ng*", nhưng điều làm nên giá trị của thơ chính là sự kết hợp hoàn hảo giữa trí tưởng tượng và sự thật của cuộc sống.

Cảm xúc trong thơ không chỉ là niềm vui hay nỗi buồn, mà là tất cả những cung bậc cảm xúc mà con người trải qua: *tình yêu, nỗi sợ, sự hoài niệm, và cả niềm hy vọng. Như nhà thơ **Emily Dickinson** từng viết:*

"If I can stop one heart from breaking,
I shall not live in vain."

Thơ không chỉ phản ánh sự thật của cuộc sống mà còn làm nhiệm vụ xoa dịu và chữa lành những vết thương tinh thần. Đó là một phương tiện tinh tế để nói lên những điều khó nói, để giao tiếp với thế giới bằng những ngôn từ thẩm mỹ, cô đọng và giàu ý nghĩa.

Vì Sao Nhan Sắc Thơ Đẹp Hơn Mỹ Nhân?

Mỹ nhân, với vẻ đẹp ngoại hình, thường chỉ chinh phục con người trong một thời gian ngắn. Vẻ đẹp ấy dù có mê hoặc đến đâu cũng chỉ tồn tại tạm thời. Theo thời gian, vẻ đẹp đó phai nhạt, như lời nhà thơ **William Butler Yeats** đã cảnh báo trong bài thơ "When You Are Old":

*"But one man loved the pilgrim soul in you,
And loved the sorrows of your changing face."*

Trong khi nhan sắc mỹ nhân gắn liền với sự hữu hạn của thời gian và không gian… Còn vẻ đẹp của thơ ca là **"vô tận".** *Thơ không chỉ chinh phục cảm* xúc *mà* còn đi *sâu vào tư duy, khiến người* đọc *cảm thấy được an ủi, tìm thấy ý nghĩa trong những khoảnh khắc quan trọng của cuộc sống.*

"Nhan sắc của thơ" không phụ thuộc vào bề ngoài hay sự hời hợt. Nó mang vẻ đẹp tinh thần, trí tuệ và sự đồng cảm.

- Một bài thơ có thể trở thành tri kỷ của con người qua nhiều thế hệ, không phụ thuộc vào thời gian, không gian hay giới tính, tuổi tác.

-Thơ có thể bền vững qua mọi thời đại, trong khi mỹ nhân có thể bị quên lãng.

Bài thơ "The Raven" của *Edgar Allan Poe* là một ví dụ minh chứng cho sức mạnh trường tồn của thơ ca. Bài thơ không chỉ mang tính thẩm mỹ cao mà còn thấm đẫm nỗi đau và sự hoài niệm, tạo ra sự đồng cảm lớn lao với người đọc:

"*Quoth the Raven, **'Nevermore'*** ".

Câu nói lặp đi lặp lại của **con quạ** *không chỉ là nỗi* ám *ảnh* cá nhân *của nhân vật chính mà* còn ***phản*** ánh ***sự vô vọng của con người*** *khi đối mặt với sự mất mát và tuyệt vọng trong cuộc sống.*

Thơ Ca Là Tiếng Nói Chung Của Nhân Loại

Thơ vượt qua biên giới địa ***lý và*** văn ***hóa, trở thành tiếng nói chung của nhân loại.*** Những tác phẩm thơ nổi tiếng như "Divine Comedy" của *Dante Alighieri* hay "The Iliad" của *Homer* đã vượt qua thời gian và không gian, tồn tại hàng thế kỷ và chinh phục biết bao thế hệ.

"Pablo Neruda", nhà thơ người Chile, đã dùng thơ để nói về tình yêu và cách nó có thể kết nối con người với nhau, bất kể văn hóa hay hoàn cảnh sống. Trong bài thơ "Sonnet XVII", ông viết:

"I love you as certain dark things are to be loved,
in secret, between the shadow and the soul."

Những vần thơ này không chỉ là lời tỏ tình, *mà* còn *là biểu* tượng *của* tình yêu *sâu sắc và nhân văn,* một tình yêu không bị ràng buộc bởi hình thức hay giới hạn.

Những** Tác **Phẩm Đỉnh Cao Trong Văn Học Thế Giới

Trong văn học sử, có vô vàn những tác *phẩm thơ ca đạt đến đỉnh cao thẩm mỹ học, trở thành biểu* tượng *của vẻ đẹp và sự chân thành của nhân loại:*

1. **"Divine Comedy"** của ****Dante Alighieri****: Tác phẩm này không chỉ là một hành trình siêu hình qua Địa Ngục, Luyện Ngục, và Thiên Đàng, mà còn là một tác phẩm đỉnh cao về thẩm mỹ và triết học. *Nó là lời kêu gọi con người tìm kiếm sự cứu rỗi qua tình yêu và* lòng *trắc ẩn.*

2. **"The Iliad"** của ****Homer****: Với hình tượng Achilles và những trận chiến huyền thoại, **The Iliad** không chỉ kể về chiến tranh mà còn là một bài thơ bi tráng về tình yêu, lòng dũng cảm và sự hy sinh.

3. "**Leaves of Grass**" của ****Walt Whitman****: Tác phẩm này là một cuộc hành trình của sự chiêm nghiệm về con người, vũ trụ và tình yêu nhân loại. Thơ của Whitman phản ánh sự hòa quyện giữa con người và thiên nhiên, giữa cái cá nhân và cái toàn cầu.

4. **"Les Fleurs du Mal"** của **Charles Baudelaire**: Tác phẩm này mang đến một cái nhìn sắc bén về cái đẹp và cái xấu, tình yêu và nỗi đau, đưa người đọc đến một thế giới đầy mâu thuẫn nhưng thấm đẫm tính nhân văn.

Tài Liệu Tham Khảo

1. Alighieri, Dante. *The Divine Comedy*. Nhà xuất bản Penguin Classics, 2003.
2. Baudelaire, Charles. *Les Fleurs du Mal*. Nhà xuất bản Gallimard, 1857.
3. Dickinson, Emily. *The Complete Poems*. Nhà xuất bản Little, Brown, 1960.
4. Homer. *The Iliad*. Nhà xuất bản Penguin Classics, 1990.
5. Neruda, Pablo. *100 Love Sonnets*. Nhà xuất bản University of Texas Press, 1986.
6. Poe, Edgar Allan. *The Raven and Other Poems*. Nhà xuất bản Dover Publications, 1991.
7. Whitman, Walt. *Leaves of Grass*. Nhà xuất bản Modern Library, 2001.
8. Yeats, W.B. *The Collected Poems of W.B. Yeats*. Nhà xuất bản Macmillan, 1933.

Kết luận:

Thơ ca, dù bắt nguồn từ cảm xúc sâu sắc của tâm hồn, vượt qua những giới hạn hữu hình của nhan sắc và hình thể. Nó là vẻ đẹp bất tử, không thể nắm bắt nhưng mãi mãi hiện hữu trong trái tim và tâm trí nhân loại. Thơ chính là nhan sắc tuyệt mỹ, không chỉ để chiêm ngưỡng mà còn để cảm nhận, suy ngẫm và đồng hành cùng con người trong mọi cung bậc của cuộc sống.

Dưới đây là các câu thơ dẫn nhập và chứng minh từ các tác phẩm nổi tiếng, đã được dịch sang tiếng Việt:

1. Emily Dickinson (bài thơ "If I Can Stop One Heart from Breaking"):
"Nếu tôi có thể ngăn được *một trái tim vỡ* nát,
Tôi sẽ không sống vô nghĩa."

2. William Butler Yeats (bài thơ "When You Are Old"):
**Nhưng có một người yêu linh hồn lữ* hành *trong em,*
Và yêu những nỗi buồn của khuôn mặt em đang *thay đổi."*
3. Edgar Allan Poe, bài thơ "The Raven"):
"Con quạ kêu rằng, 'Không bao giờ nữa.'"

4. Pablo Neruda (bài thơ "Sonnet XVII"):
"Anh yêu *em như* yêu *những điều đen tối,*
Trong bí mật, giữa bóng tối và linh hồn."

5. Dante Alighieri (tác phẩm "Divine Comedy"):

- Không có một câu cụ thể được dẫn nhập trong bài, nhưng nội dung tổng thể của tác phẩm tập trung vào hành trình siêu hình và sự cứu rỗi thông qua tình yêu và lòng trắc ẩn.

6. Homer (tác phẩm "The Iliad"):
- Tác phẩm miêu tả những trận chiến hào hùng và sự hy sinh trong cuộc chiến thành Troy, nơi Achilles là biểu tượng của lòng dũng cảm và sự hy sinh, vượt lên chiến tranh và bi kịch.

7. Walt Whitman (tác phẩm "Leaves of Grass"):
- Tác phẩm nói về sự hòa hợp giữa con người và vũ trụ, nhưng không có một câu dẫn nhập cụ thể trong bài viết.

8. Charles Baudelaire (tác phẩm "Les Fleurs du Mal"):
- Một phần quan trọng của tác phẩm đề cập đến sự tương phản giữa cái đẹp và nỗi đau, phản ánh cái nhìn mâu thuẫn nhưng sâu sắc về cuộc sống.

Những câu thơ này được dịch sát nghĩa từ tiếng Anh để giữ nguyên tinh thần và ý tưởng của các tác giả.

NGÃ PHƯƠNG HUYỀN

Danh ngôn

Nhiệt huyết là mẹ của nỗ lực, và không có nó, ta không thể đạt được điều gì to lớn.

Enthusiasm is the mother of effort, and without it nothing great was ever achieved.

Ralph Waldo Emerson

Không có gì tồi tệ hơn tham vọng của một người không có tài năng.

There is nothing worse than the ambitions of a talentless person.

Joseph O'Connor

(1963) Tiểu thuyết gia người Ireland.

MỘNG YÊN HÀ

Định kiến - căn bệnh cản trở sáng tạo nghệ thuật, và con đường để "chữa trị"

1. Nhận diện căn bệnh định kiến

• Định kiến là gì?

Định kiến là một sự phán đoán sẵn, thường khép kín, thiếu kiểm chứng, dựa trên thói quen, tập tục, hay niềm tin cứng nhắc. ***Nó có thể là định kiến xã hội, định kiến văn hóa, định kiến giới tính, định kiến học thuật, hay ngay cả định kiến trong nội bộ nghệ sĩ với nhau.***

• Dấu hiệu:

- *Coi thường cái mới, cái lạ.*
- *Tự dựng hàng rào vô hình "phải thế này, không được thế kia".*
- *Áp đặt chuẩn mực một chiều, bóp nghẹt sự khác biệt.*
- *Trong nghệ thuật, định kiến khiến người sáng tạo bị giam hãm trong khung mẫu cũ, sợ phá cách, sợ bị chê trách. Nó cũng làm cho người tiếp nhận tác phẩm* ***đóng kín cánh cửa cảm thụ, từ chối sự đa thanh, đa dạng của nghệ thuật.***

2. Phân tích tác hại

• Giết chết sáng tạo:

Mọi định kiến giống như một "cái trần thấp" khiến tư duy nghệ sĩ không thể cất cánh.

• Làm nghèo đời sống nghệ thuật:

Chỉ còn lặp lại, sao chép, thiếu những tiếng nói mới mẻ.

• Sinh ra chia rẽ và loại trừ:

Người khác biệt bị xem là "dị thường", *từ đó dẫn đến băng hoại tinh thần tự do sáng tạo.*

Ví dụ: Nhiều trào lưu nghệ thuật ban đầu bị xem là "quái dị" (Impressionism, Dadaism, hay thơ tự do hiện đại Việt Nam đầu thế kỷ 20), nhưng chính chúng lại mở đường cho những bước tiến vĩ đại. ***Nếu định kiến thắng thế, có lẽ thế giới đã không***

có Monet, Picasso, hay thơ Xuân Diệu, Hàn Mặc Tử.

3. Cội rễ triết học của định kiến

• Trong tâm lý học:

***Định kiến xuất phát từ* "cơ chế phòng thủ"con người sợ cái mới lạ vì nó đe dọa sự an toàn quen thuộc.**

• Trong triết học Đông phương: Lão Tử từng nói ***"Tri giả bất ngôn, ngôn giả bất tri"*** *– kẻ chấp vào lời đã cố định hóa chân lý, mà chân lý thì vô thường, vô định.*

• Trong Phật học:

Định kiến chính là một dạng ***"chấp thủ"****, gốc rễ của khổ đau. Muốn giải thoát, phải phá chấp để thấy pháp giới vốn vô hạn.*

4. **Biện pháp chữa trị**

Để ***"trị dứt căn bệnh định kiến"*** *và mở đường cho sáng tạo, có thể thực hiện nhiều tầng:*

1. Nhận thức:

• *Phải tự thấy mình cũng có định kiến.* ***Không ai hoàn toàn vô nhiễm.***

• *Nhìn định kiến như một* ***"bức tường" nội tâm****, khi đã gọi t ên nó thì mới có thể phá bỏ.*

2. Thực hành mở lòng:

• *Tập đón nhận cái mới như một cơ hội học hỏi, không vội khen chê.*

• *Đặt mình vào nhiều vị trí: người sáng tạo, người tiếp nhận, người phê bình – để thấy tính tương đối.*

3. Tự do hóa ngôn ngữ và hình thức:

• Trong nghệ thuật, hãy dám viết, dám vẽ, dám diễn theo cách riêng, ngay cả khi nó trái ngược chuẩn mực.

• **"Cái đẹp"** không phải là khuôn vàng thước ngọc, *mà là cuộc gặp gỡ bất ngờ giữa nghệ sĩ và thế giới.*

4. Giáo dục thẩm mỹ:

• *Dạy trẻ em và cộng đồng rằng nghệ thuật không có một* ***"công thức duy nhất"*****, mà là sự đa dạng, hòa điệu.**

• *Khuyến khích đối thoại thay vì phán xét.*

5. Thực hành thiền định và phê bình khai phóng:

• *Thiền giúp tháo bỏ chấp thủ, thấy mọi hiện tượng đều*

tương đối, tạm thời.

• **Phê bình nghệ thuật cần tinh thần khai phóng, không đóng khung trong chủ nghĩa, trường phái, hay ý thức hệ.**

5. Kết luận

Định kiến là "kẻ giết chết sáng tạo trong im lặng". Muốn nghệ thuật thật sự bay cao, người nghệ sĩ cần dũng cảm phá bỏ định kiến trong chính mình; xã hội cần cởi mở hơn để đón nhận cái mới. Biện pháp chữa trị không gì khác hơn là: ý thức – mở lòng – tự do – và khai phóng.

Đó cũng chính là cách chúng ta mở đường cho một nền nghệ thuật không bị giới hạn, nơi mỗi tác phẩm đều là một minh chứng sống động của tự do tinh thần.

ĐỀ CƯƠNG TIỂU LUẬN
"ĐỊNH KIẾN ...
CĂN BỆNH GIẾT CHẾT SÁNG TẠO NGHỆ THUẬT"

1. Dẫn nhập

• Giải thích khái niệm "định kiến" trong đời sống và trong nghệ thuật.
• Nêu vấn đề: Vì sao định kiến trở thành kẻ thù thầm lặng nhưng nguy hiểm của sáng tạo?
• Gợi mở: Muốn xây dựng một nền nghệ thuật tự do, phải trị dứt căn bệnh này.

2. Thân bài (*chia thành nhiều mục nhỏ)*

• **2.1. Bản chất của định kiến**

• Định nghĩa (tâm lý học, triết học, xã hội học).
• Cội rễ: sự sợ hãi, thói quen, chấp thủ.

• **2.2. Tác hại của định kiến trong sáng tạo nghệ thuật**
• Giết chết cái mới.
• Làm nghèo đời sống tinh thần.
• Gây chia rẽ và loại trừ.
• Dẫn chứng: sự ra đời của Impressionism, Dadaism, thơ mới Việt Nam đầu thế kỷ XX.

• **2.3. Góc nhìn triết học về định kiến**

• Lão Tử: phá chấp, thấy vô thường.
• Trang Tử: "Tề vật luận" – mọi vật đều bình đẳng, không có một chuẩn mực duy nhất.
• Phật giáo: định kiến là "ngã chấp", nguồn gốc khổ đau.
• Triết học Tây phương: Gadamer (chân lý vượt qua định kiến), Nietzsche (sáng tạo vượt lên giá trị cũ).
• 2.4. Biện pháp trị dứt định kiến
• Tự nhận thức và gọi tên định kiến.
• Thực hành mở lòng, học tinh thần "khai phóng".
• Giải phóng ngôn ngữ, hình thức sáng tạo.
• Giáo dục thẩm mỹ cộng đồng.
• Thiền định: tháo bỏ chấp thủ.
• Phê bình nghệ thuật khai phóng, không bị hệ tư tưởng trói buộc.

3. Kết luận

• Tái khẳng định: định kiến là căn bệnh giết chết sáng tạo.
• Sứ mệnh của người nghệ sĩ: dũng cảm phá bỏ định kiến, trước hết là trong chính mình.
• Hiệu triệu: Mở đường cho nghệ thuật tự do – nghĩa là mở đường cho tự do tinh thần của nhân loại.

DẪN NHẬP - *"Định kiến – Căn bệnh giết chết sáng tạo nghệ thuật"*

Có những căn bệnh thể xác làm con người hao mòn, nhưng nguy hiểm hơn cả là những căn bệnh vô hình trong tâm thức, âm thầm gặm nhấm sinh lực tinh thần. Trong số đó, định kiến là một kẻ thù lặng lẽ nhưng dai dẳng: nó làm cho trí tưởng tượng héo úa, làm cho đôi cánh sáng tạo cụp xuống trước khi kịp tung bay. Định kiến giống như lớp bụi dày phủ kín tấm gương trong suốt, khiến cái nhìn nghệ sĩ không còn thấy sự đa l sắc long lanh của đời sống, mà chỉ phản chiếu những bóng mờ cũ kỹ.

Trong nghệ thuật, định kiến không chỉ là một phán xét, mà là một bức tường vô hình. Nó biến cái mới thành quái dị, biến cái lạ thành đáng ngờ, biến tiếng nói độc đáo thành tiếng vọng lạc lõng. Nhìn lại lịch sử, ta thấy: Monet từng bị coi là kẻ "vẽ dở" khi đặt những vệt màu mờ nhòe lên toan; Picasso bị mắng là "phá hoại thị giác" khi dựng nên hình khối lập thể; và thơ mới Việt

Nam đầu thế kỷ XX từng bị kết án là "đồi trụy, xa lạ với truyền thống". Nhưng chính những gì từng bị định kiến bủa vây lại trở thành những cột mốc rực rỡ trong tiến trình nghệ thuật.

Cội rễ của định kiến không phải từ nghệ thuật, mà từ nỗi sợ hãi và chấp thủ của con người. Triết học Đông phương đã nhiều lần cảnh tỉnh: Lão Tử dạy rằng "Tri giả bất ngôn, ngôn giả bất tri" – kẻ chấp vào lời đã đánh mất chân tri, bởi chân lý vốn vô thường, vô định. Trang Tử trong "Tề vật luận" khẳng định: mọi vật đều có giá trị trong chính sự hiện hữu của nó, không có chuẩn mực tuyệt đối để đo lường. Trong Phật giáo, định kiến chính là một dạng ngã chấp, gốc rễ của khổ đau, chỉ có thể hóa giải bằng cái nhìn vô ngã và từ bi.

Ở phương Tây, triết gia Hans-Georg Gadamer gọi định kiến là những "điều kiện tiên thiên" định hình kinh nghiệm của ta: "Prejudices are not necessarily unjustified and erroneous; they are simply conditions whereby we experience something" (Truth and Method, 1960). Nhưng chính vì thế, định kiến cần được nhận diện và thanh lọc, nếu không sẽ biến thành xiềng xích. Nietzsche cũng từng nói trong Thus Spoke Zarathustra (1883): "Kẻ sáng tạo phải là kẻ phá hủy" – chỉ bằng cách vượt qua giá trị cũ, con người mới dựng nên giá trị mới.

Từ Đông sang Tây, từ minh triết cổ truyền đến triết học hiện đại, tất cả đều cùng gặp nhau ở một điểm: nếu không phá bỏ định kiến, con người sẽ bị giam cầm trong bóng tối của chính mình. Với nghệ thuật, điều này càng hiển nhiên. Mọi sáng tạo đích thực đều đòi hỏi một cuộc giải phóng – trước hết là giải phóng khỏi nhà tù định kiến.

Chính vì vậy, bài tiểu luận này sẽ bắt đầu từ việc nhận diện định kiến như một căn bệnh tinh thần, soi rọi những tác hại của nó đối với nghệ thuật, rồi lần tìm những phương thức để chữa trị. Bởi nếu không có sự giải phóng ấy, nghệ thuật chỉ còn là tiếng vọng cũ kỹ; còn nếu dám vượt thoát, nghệ thuật sẽ lại một lần nữa trở thành bầu trời không ngăn trở, nơi đôi cánh sáng tạo tự do tung bay.

2.1. Bản chất của định kiến

Định kiến, thoạt nhìn, chỉ là một phán đoán sẵn có, một sự

khăng khăng tin rằng "điều này đúng" hoặc "điều kia sai" trước cả khi ta thật sự trải nghiệm và suy xét. Nhưng nếu soi kỹ hơn, ta thấy định kiến giống như lớp trầm tích lâu đời nằm sâu trong tâm trí: nó hình thành từ ký ức tập thể, từ thói quen xã hội, từ những niềm tin được truyền lại như chân lý bất di bất dịch. Chính vì thế, định kiến không dễ nhận ra – nó như không khí mà ta hít thở hằng ngày, vô hình nhưng hiện diện ở khắp nơi.

Tâm lý học hiện đại cho thấy: con người có xu hướng đơn giản hóa thực tại để dễ kiểm soát, và chính cơ chế này sinh ra định kiến. Khi gặp cái mới, cái khác, tâm trí thường so sánh nó với khuôn mẫu cũ và nhanh chóng gán nhãn. Sự gán nhãn ấy giúp ta "an toàn" vì không phải đối diện với điều lạ lẫm, nhưng đồng thời cũng đóng sập cánh cửa của nhận thức. Nói cách khác, định kiến là một cơ chế phòng thủ: nó che chở ta khỏi bất an, nhưng lại cầm tù ta trong cái quen thuộc.

Trong triết học Đông phương, định kiến được nhận diện như một dạng chấp thủ. Kinh Kim Cang dạy rằng: "Phàm sở hữu tướng, giai thị hư vọng" – mọi hình tướng đều hư ảo; nếu chấp vào chúng là thật, tức là rơi vào vô minh. Chấp thủ tức là cố định hóa cái vốn vô thường, và định kiến chính là sự cố định ấy trong lĩnh vực tư tưởng.

Triết học Tây phương cũng chỉ ra bản chất mâu thuẫn của định kiến. Gadamer cho rằng định kiến không hẳn sai: chúng là "điều kiện tiên thiên" để ta trải nghiệm thế giới. Nhưng nguy hiểm ở chỗ, khi ta xem định kiến như chân lý tuyệt đối, nó trở thành xiềng xích. Kant trước đó từng cảnh báo: con người có khuynh hướng "lười tư duy", chấp nhận những ý niệm có sẵn thay vì can đảm sử dụng lý trí của mình (Sapere aude – "hãy dám biết!").

Từ những góc nhìn ấy, có thể khẳng định:

• Định kiến là một cấu trúc tâm thức tập thể bám rễ trong lịch sử, thói quen, và nhu cầu an toàn.

• Định kiến vừa có mặt tích cực (giúp ta có điểm tựa ban đầu), vừa mang tính tiêu cực (ngăn cản tự do sáng tạo).

• Trong nghệ thuật, mặt tiêu cực của định kiến phóng đại

lên gấp nhiều lần, bởi nghệ thuật vốn đòi hỏi phá bỏ giới hạn, khám phá điều chưa từng có.

Nói cách khác, bản chất của định kiến là nỗi sợ bị lung lay. Nó làm cho con người yêu thích sự chắc chắn hơn là chân lý, ưa chuộng sự quen thuộc hơn là cái đẹp mới mẻ. Và khi tâm thế ấy chiếm lĩnh, sáng tạo trở thành con chim bị nhốt trong lồng: đôi cánh có thể giương ra, nhưng không bao giờ chạm tới bầu trời

• 2.2. Tác hại của định kiến trong sáng tạo nghệ thuật

Định kiến trong nghệ thuật giống như một vết nứt vô hình trên bình pha lê: thoạt nhìn không rõ, nhưng theo thời gian, nó khiến cả hình hài mong manh ấy tan vỡ. Tác hại của định kiến không chỉ nằm ở một cá nhân sáng tác, mà còn lan ra toàn bộ cộng đồng nghệ thuật.

Thứ nhất, định kiến giết chết cái mới ngay từ trong phôi thai.Người nghệ sĩ trẻ mang ý tưởng khác lạ thường bị xem là "ngông cuồng", "lạc điệu". Họ chưa kịp gieo hạt sáng tạo thì đã bị bàn tay định kiến nhổ bật khỏi đất. Như trường hợp những nhà thơ Việt Nam đầu thế kỷ XX: khi Phan Khôi, Xuân Diệu, Hàn Mặc Tử xuất hiện, họ bị chê là "dâm cuồng", "tây hóa". Nếu không đủ kiên trì và dũng cảm, có lẽ nền thơ ca Việt đã mãi chìm trong sáo mòn.

Thứ hai, định kiến làm nghèo đời sống tinh thần.Một xã hội nghệ thuật bị định kiến chi phối sẽ trở nên đơn điệu, thiếu đa thanh. Chỉ còn lặp lại cái cũ, tôn thờ công thức, né tránh khác biệt. Nghệ thuật khi ấy biến thành sản phẩm trang trí cho guồng máy xã hội, chứ không còn là tiếng gọi của tự do.

Thứ ba, định kiến sinh ra chia rẽ và loại trừ.Những nhóm, trường phái khác nhau dễ dàng quay lưng với nhau, chỉ vì sự khác biệt trong thẩm mỹ. Thay vì đối thoại, học hỏi, nghệ sĩ lại rơi vào vòng tròn phê phán và loại bỏ. Lịch sử mỹ thuật phương Tây từng chứng kiến: khi trường phái Ấn tượng xuất hiện, hầu hết giới hàn lâm kịch liệt phản đối, coi họ là kẻ "phá hoại nghệ thuật". Nhưng chính sự chống đối ấy lại cho thấy sức mạnh bứt phá của cái mới.

Thứ tư, định kiến tạo ra bóng tối tự kiểm duyệt.Người sáng

tác, do sợ hãi, tự cắt gọt tác phẩm của mình cho vừa với "khuôn" được chấp nhận. Đây là cái chết lặng lẽ nhất của sáng tạo: không cần ai lên tiếng ngăn cấm, nghệ sĩ đã tự khóa miệng chính mình.

Nói ngắn gọn, tác hại của định kiến không chỉ nằm ở sự khước từ nghệ thuật, mà còn ở việc làm tê liệt dũng khí sáng tạo. Một nền nghệ thuật mang bệnh định kiến là một cơ thể không còn mạch máu lưu thông – chỉ tồn tại hình thức, nhưng thiếu linh hồn.

2.3. GÓC NHÌN TRIẾT HỌC VỀ ĐỊNH KIẾN

Trong minh triết Đông phương, định kiến gắn với khái niệm **"chấp"**. Lão Tử nói: ***"Cái cứng thì gãy, cái mềm thì tồn tại"*** (Đạo Đức Kinh, chương 76). Định kiến là sự cứng nhắc; chỉ có buông bỏ mới mở ra sinh khí. Trang Tử, trong Tề vật luận, kể chuyện Trang Chu mộng hóa bướm: không phân biệt đâu là Chu, đâu là bướm – để thấy rằng định kiến về "cái tôi cố định" chỉ là ảo tưởng. Nghệ sĩ, nếu còn chấp thủ vào một hình thức duy nhất, sẽ chẳng bao giờ đạt đến sự biến hóa tự do của sáng tạo.

Trong Phật học, định kiến được xem như một dạng vô minh. Kinh Kim Cang nhấn mạnh: "Ưng vô sở trụ nhi sinh kỳ tâm" – đừng trụ chấp vào bất kỳ nơi nào, hãy sinh tâm tự do. Điều này không chỉ là giáo lý, mà còn là nguyên tắc thẩm mỹ: tác phẩm nghệ thuật phải nảy sinh từ tâm thức không vướng chấp, thì mới đạt được sự sống động và linh thiêng.

Trong triết học Tây phương, định kiến cũng là mối bận tâm lớn. Gadamer, trong Truth and Method (1960), phân biệt "định kiến tích cực" (giúp con người có khung tham chiếu ban đầu) và "định kiến tiêu cực" (bóp nghẹt kinh nghiệm). Kant sớm hơn đã kêu gọi con người "*hãy dám sử dụng lý trí của chính mình*" (Sapere aude! – Tuyên ngôn Khai sáng, 1784). *Nietzsche thì đi xa hơn:* ông coi mọi giá trị hiện hữu đều cần bị phá bỏ để tạo nên giá trị mới: **"Kẻ sáng tạo trước hết phải là kẻ phá hủy"** *(Also sprach Zarathustra, 1883).*

Từ Đông sang Tây, điểm chung nổi bật là: định kiến là chướng ngại lớn của sự khai mở. Nó giống như những bức tường thành bao quanh, khiến con người quên mất rằng bầu trời vốn vô tận. Nghệ sĩ – nếu muốn sáng tạo – phải là người leo qua hoặc phá vỡ bức tường ấy.

2.4. BIỆN PHÁP TRỊ DỨT ĐỊNH KIẾN

Định kiến là căn bệnh khó chữa vì nó không nằm bên ngoài, mà ẩn trong chính tâm trí ta. Nhưng điều đó không có nghĩa là bất khả. Có nhiều con đường để thanh lọc và vượt qua:

1. Nhận thức và gọi tên định kiến.Mỗi nghệ sĩ, mỗi người đọc, phải tự soi chiếu mình: đâu là khuôn mẫu ta đang bám víu? Một khi đã nhận diện, định kiến không còn quyền lực tuyệt đối.

2. Thực hành mở lòng và đối thoại.Thay vì vội vàng phán xét, hãy tập đón nhận cái mới như một cơ hội học hỏi. Hãy để nghệ thuật trở thành cuộc trò chuyện đa thanh, nơi sự khác biệt không phải là mối đe dọa, mà là sự phong phú.

3. Giải phóng ngôn ngữ và hình thức.Nghệ sĩ cần can đảm vượt qua "khuôn". Viết theo cách riêng, vẽ theo trực giác, sáng tạo theo nhịp điệu nội tâm. Nghệ thuật đích thực không phải sao chép chuẩn mực, mà là khai sinh hình thức mới từ cốt tủy sống động của hiện hữu.

4. Giáo dục thẩm mỹ khai phóng.Xã hội cần nuôi dưỡng khả năng cảm thụ đa dạng, dạy con người rằng cái đẹp không có một công thức duy nhất. Nhờ vậy, thế hệ mới sẽ ít bị trói buộc bởi định kiến cũ.

5. Thực hành thiền định.Thiền giúp con người thấy rõ tính vô thường, vô ngã. Khi tâm thức buông bỏ chấp thủ, định kiến tan biến như mây, nhường chỗ cho bầu trời sáng tạo rộng mở.

6. Phê bình nghệ thuật khai phóng.Người phê bình cần làm công việc "mở đường", không phải "đóng cửa". Phê bình không nên áp đặt, mà phải khơi gợi, tạo điều kiện cho nhiều tiếng nói cùng tồn tại. Một nền phê bình tự do sẽ là liều thuốc hữu hiệu nhất chữa căn bệnh định kiến trong cộng đồng nghệ thuật.

KẾT LUẬN

Định kiến là căn bệnh tinh thần, âm thầm nhưng nguy hại, giết chết sáng tạo ngay từ trong phôi thai. Nó không chỉ làm nghèo nàn nghệ thuật, mà còn làm nghèo nàn chính tinh thần con người. Nhưng căn bệnh ấy không phải không thể chữa: bằng nhận thức, khai phóng, dũng khí và từ bi, chúng ta có thể vượt qua.

Sứ mệnh của nghệ sĩ không chỉ là sáng tác, mà còn là phá bỏ định kiến – trong chính mình và trong xã hội. Mỗi tác phẩm tự do ra đời là một chiến thắng nhỏ trước định kiến; nhiều chiến thắng nhỏ ấy hợp lại sẽ mở ra một thời đại mới cho nghệ thuật.

Để nghệ thuật thực sự là nghệ thuật, nó phải sống trong bầu trời tự do, không bị che khuất bởi bóng mây định kiến. Và chính ở nơi ấy, con người tìm lại được bản chất sâu xa nhất của mình: một sinh thể biết sáng tạo, biết biến hóa, biết bay lên trong bầu trời vô hạn.

TÓM TẮT

Bài tiểu luận phân tích bản chất và tác hại của "định kiến" trong đời sống nghệ thuật. Từ góc nhìn triết học Đông – Tây, định kiến được nhận diện vừa như một cơ chế tâm lý phòng thủ, vừa là chướng ngại của sự khai mở. Bài viết cho thấy định kiến không chỉ ngăn cản cái mới xuất hiện, mà còn làm tê liệt dũng khí sáng tạo, dẫn tới nghèo nàn tinh thần và tự kiểm duyệt. Trên nền đó, tác giả đề xuất sáu biện pháp trị dứt định kiến: nhận thức – đối thoại – giải phóng hình thức – giáo dục thẩm mỹ – thiền định – phê bình khai phóng. Mục tiêu cuối cùng là khẳng định: sáng tạo nghệ thuật chỉ có thể sống trong bầu trời tự do, nơi định kiến bị vượt qua, và con người tìm lại bản chất sáng tạo vô hạn của chính mình

MỘNG YÊN HÀ

CHÚ THÍCH –

1. Kant, Immanuel. Beantwortung der Frage: Was ist Aufklärung? (1784).
2. Gadamer, Hans-Georg. Truth and Method (1960).
3. Nietzsche, Friedrich. Also sprach Zarathustra (1883).
4. Kinh Kim Cang, phẩm 14: "Ưng vô sở trụ nhi sinh kỳ tâm".
5. Lão Tử, Đạo Đức Kinh, chương 76.
6. Trang Tử, Tề vật luận.

ĐỨC PHỔ
SẦU RỌI XUỐNG CHÂN ĐỜI

Đêm chật chội gió luồn ngõ vách
rùng mình. da diết lạnh chen vai
bên sông đò hụt nằm trơ bãi
buồn tênh. con sóng liếm eo bờ.

ngõ vắng. đèn khuya chao chiếc bóng
lung linh. sầu rọi xuống chân đời
quyết mở then hồn. thôi cài giậu
thử người hò hẹn. dám sang không?

đường xa ải vắng. kêu không thấu
khản cổ mòn hơi. lòng chẳng mòn
khuyết trăng chỉ ngại người sương tuyết
vai lệch xô nghiêng gánh. nửa đường.

mộng đứng chông chênh. không đậu được
bến tình. bão dữ cuốn phăng neo
giữa khuya hồn dậy trăm con nước
về hùa. cơn lụt bỗng hùa theo.

có phải khóc không mà mắt ướt
khi đời ráo hoảnh bóng trăng soi
sầu chở đầy khoang. sầu dựng ngược
ngỡ ngàng. bờm giục ngựa về xuôi…

ĐỨC PHỔ

Trích: Phạm Hiền Mây (về bài thơ "Sầu Rọi Xuống Chân Đời" của Đức Phổ.)

Thơ hay quá.

Hay là vì đọc một mạch bài thơ không vấp.

Không vấp vần điệu đã đành mà ý, tứ... trong thơ cũng không vấp. Nó xuôi, không chỉ xuôi, không chỉ liền lạc... mà nó còn quá chừng thấm thía, bày tỏ hay quá chừng một nỗi niềm sâu kín, riêng tư, tận cùng của những riêng tư. Thật già dặn tay nghề

LÊ HỮU MINH TOÁN

ĐIÊN - TỈNH

Điên mà tỉnh
Tỉnh mà điên
Điên điên , tỉnh tỉnh có phiền ai đâu
Tình điên gió tạt qua cầu
Có điên có tỉnh có rầu mới vui ….

HỆ LUỴ

Chuồng chuồng
phận mỏng thân tôi
Bay ngang bay dọc lôi thôi vài lời
Rằng: Trăm năm mấy cuộc chơi
Vòng vây hệ lụy khóc cười nhân gian

SẤP NGỬA

Chui vô động
Chui vô hang
Lặng nghe tiếng thở tối quàng vào đêm
Sáng thành diều quạ kênh kênh
Chơi trò sấp ngửa ai điên ai khùng

TÔN NGỘ KHÔNG

Houston,
mưa nắng thất thường
Có ta điên tỉnh vui buồn từng cơn
Khu điên làm Tôn Ngộ Không
Tỉnh ra mới biết mình còn dương gian ….

@ LÊ HỮU MINH TOÁN

HOÀNG XUÂN SƠN
TẮM GIẾNG

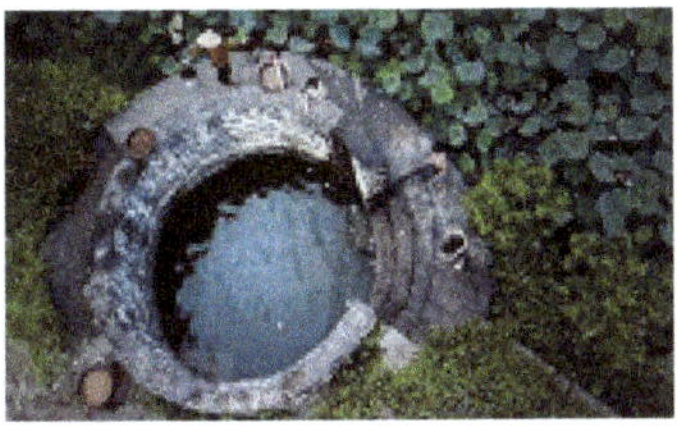

Em cứ tắm đi tôi múc nước
Tôi là gàu trăng em loáng da
Cứ để ngọc ngà trôi thật chậm
Để cành tre thấp thỏm sa đà

Em cứ xõa tóc tôi gội đầu
Giùm em thơm một thoảng hương ngâu
Hay là bồ kết huyền nhanh nhánh
Kết ước tinh khôi ngọt mần trầu

Trăng xanh giếng ngọc hồn chanh bưởi
Xuân thơ ngày tháng đã xa vời
Hãy tắm nghe đời trôi bụi bặm
Cho hồng thức dậy nước mồ côi.

•

h o à n g x u â n s ơ n
@17oct25

TẶNG DỮ

Tôi ngồi bệt xuống cỏ
Để nâng đàn em lên
Một nóc nhà thụ cảm
Tiếng vang và tiếng rền

Đừng giáo điều im lặng
Hãy thỏ thẻ sen hồng
Hãy dư hương kỳ bí
Si tình một nụ bông

Là ngâu vàng lan tỏa
Nức thơm một nhà vườn
Đừng lý thuyết kín cổng
Chiếc hàng rào tai ương

Tôi ngồi kín một sân
Nghe lành khắp mọi phía
Em thử hát một lần
Vào câu thơ phá lệ

Tôi đi mà không bước
Vì em lắng nghe chiều
Những hòn sỏi lăn chậm
Dốc triền của đăm chiêu

Chúng ta còn làm thơ
Như rừng chiều phá án
Những bài thơ rất thơ
Của khúc tình hiến tặng

h o à n g x u â n s ơ n
30.9.25

TRỊNH Y THƯ
Dưới những gốc nho biển
(Trích đoạn tiểu thuyết Đường về thủy phủ)
10.

Gần đây cô cũng hay nghĩ về người chồng xấu số. Đúng ra cô thấy anh trong những giấc mơ. Cô thấy anh và cô đi dạo những nơi chốn thơ mộng của vùng đất cố đô nơi cô sinh ra và lớn lên. Những giấc mơ lạ, bởi cô gặp anh và kết hôn với anh khi cô đã vào Nam. Anh là người miền Nam và không hề ra thăm miền đất cố hương cô bao giờ. Nhưng trong giấc mơ cô thấy cô và anh thật rõ, khi thì ngồi bên nhau trong ngôi nhà rường cổ của ba mạ cô ở khu Gia Hội, khi thì thơ thẩn bên bờ sông Hương gần ngôi trường Trung học thân yêu của cô, khi thì đứng dưới bóng mát ngôi nhà thờ uy nghiêm sừng sững trên một ngọn đồi.

Suốt tuổi ấu thơ và thời thanh xuân, cô chỉ biết chiến tranh qua báo chí, truyền thanh, truyền hình, hay chuyện kể từ những người thân quen. Hoặc đôi khi những đoàn công-voa nhà binh chạy rầm rập ngoài đường phố khiến cô và các cô nữ sinh khác, bạn cô, phải vội vã nép xe đạp vào lề đường né tránh. Vào những đêm thanh vắng, cô nghe tiếng đại bác cầm canh từ xa vọng về thành phố, rì rầm như tiếng sấm động. Nhưng đời sống trong thành phố lặng lẽ trôi qua, thi thoảng bị khuấy động bởi vài biến cố chính trị nhưng khói lửa chiến tranh thì cô chưa chứng kiến bao giờ. Cô chưa hề thấy cảnh súng đạn giết chóc cho đến đêm mùng Năm Tết năm đó, nó ập đến ngưỡng cửa nhà cô như một cơn lốc. Nó là cơn ác mộng kinh hoàng.

Đêm mùng Năm Tết, cha cô bị một toán sáu bảy người lạ mặt súng ống đầy người phá cửa xông vào nhà bắt dẫn đi. Nói tất cả là lạ mặt không đúng. Cô nhận ra tên trẻ. Nó là tên học trò từng lẽo đẽo đi theo cô sau giờ tan học cả năm trời để tìm cách làm quen. Nó học ở trường gần trường cô, nhưng hai năm cuối nó bỏ học, biến mất khỏi thành phố. Không ai biết nó đi đâu. Trước đó nó có mặt ở hàng đầu trong gần như tất cả các cuộc biểu tình tranh đấu chống chính quyền hay đêm không ngủ của thanh niên sinh viên dạo đó, nó cũng tham dự một cách hăng hái vào vụ đốt Phòng Thông tin Mỹ. Bạn bè cô kháo nhau bảo nó "nhảy núi" rồi. Cô chẳng quan tâm, chỉ thấy nhẹ người vì không bị nó bám đuôi mỗi ngày nữa.

Thấy tên trai trẻ trong đám người vào bắt cha cô, tuy bất ngờ, nhưng cô chợt hiểu ra nguyên cớ. Hơn một lần nó đến nhà tìm cách lân la gặp cô nhưng bị cha cô chửi mắng thậm tệ, đuổi đi. Hiển nhiên đây là một vụ trả thù. Trả thù khi có súng đạn trong tay, trả thù một cách hèn hạ. Có những kẻ hèn hạ như thế trên trần gian, và cha cô chỉ là nạn nhân, nạn nhân của lòng đê hèn đến bẩn thỉu của con người. Lúc đó cô còn quá trẻ để hiểu như thế.

Cha cô chỉ là một công chức bình thường làm việc trong tòa Đại biểu Chính phủ. Trước khi bị dẫn đi, ông còn bình tĩnh ôn tồn bảo mẹ con cô, lúc đó đang níu vào nhau run rẩy, mặt mày tái mét, "Ba chắc không sao đâu, mẹ con ở nhà yên tâm, ba sẽ tìm cách báo tin về nhà. Đây chỉ là một sự lầm lẫn." Họ bắt ông đi nhanh lắm, mẹ cô không kịp sửa soạn gì cho ông, chỉ choàng vội vào cổ ông chiếc phu-la màu huyết dụ vì ông có chứng ho khan mỗi khi trời trở lạnh. Đó là lần cuối cùng cô thấy cha cô. Vài ngày sau đó, hai mẹ con cô phải bỏ nhà dắt díu nhau tản cư về làng tá túc trong nhà một người quen vì giao tranh trở nên khốc liệt khi quân đội chính phủ mở nhiều mũi dùi tấn công vào để chiếm lại thành phố. Hơn tháng sau, khi tình hình tạm yên, quân Cộng sản rút lui, thành phố bắt đầu hồi sinh trở lại, mẹ con mới dám quay lại ngôi nhà, thì hỡi ôi, nó chỉ còn là một đống gạch gỗ ngổn ngang, cháy nham nhở. Ngôi nhà rường hơn một trăm năm chẳng còn gì ngoại trừ chái bếp không bị sập vì được xây lại bằng bê-tông gần đây. Mẹ con giăng vài tấm bạt che chắn chái bếp rồi rúc vào đó ở tạm.

Chiến tranh đến với nhà cô như một cơn gió lốc, nó cuốn đi tất cả. Tất cả mộng mơ thời tuổi trẻ, cô chẳng giữ được hình ảnh nào, cô lao đầu vào cuộc sống mới với một tâm trạng khủng hoảng, tan nát.

Cô không biết ngày mai sẽ ra sao, chỉ biết làm bất cứ cái gì để sống sót cho hết ngày hôm nay, hết đêm nay.

Việc đầu tiên mẹ cô làm khi về lại thành phố là đi nghe ngóng tin tức về cha cô. Bà lên chỗ ông làm việc, tiểu khu, trường học, chùa, nhà thờ, thậm chí đồn Mang Cá, gặp ai bà cũng hỏi có thấy nhà tôi đâu không, và ai cũng lắc đầu nhìn bà ái ngại. Hơn ba tháng trôi qua vẫn không thấy ông trở về, bà vật vã đêm ngày đến mụ mẫm cả người, và khi nghe tin có những hố chôn người trong thành phố thì bà trở nên như điên dại. Nghe tin nơi nào người ta khai quật được những xác người, bà đều tất tả chạy đến hỏi han, lục lọi, tìm kiếm.

Thật ra cả thành phố như lên cơn điên loạn vì người ta tìm ra những hố chôn người càng lúc càng nhiều. Thoạt tiên là những hố ngay trường Trung học Gia Hội gần nhà, và chùa Tăng Quang, Cồn Hến, Bãi Dâu ngay bên sông Hương, rồi tại các lăng tẩm như lăng Tự Đức, lăng Minh Mạng, lăng Đồng Khánh, lăng Gia Long, cũng có cả trăm xác chết được phát hiện. Những cảnh tượng vô cùng khiếp hãi chỉ thấy trong phim kinh dị hiện ra trước mắt bà. Người ta mặc áo sô trắng, đầu chít khăn tang, đứng bu quanh những xác người thối rữa bên trong những bao ny lông màu đen hay những hòm gỗ nhỏ, mùi hôi thối không bút mực nào tả xiết, tiếng khóc gào thảm thiết vang động cả một góc trời. Người nhận được xác chồng, cha, anh, em, vợ, con, khóc đã đành, những người không tìm ra xác người thân như bà cũng khóc. Bà khóc to lắm, lạc cả giọng, như thể bà mong ông nghe được tiếng khóc của bà mà bảo bà đến nhận xác.

Gần như ngày nào bà cũng cắp nón ra đường thất thểu đi khắp nơi tìm kiếm, dò hỏi. Cô khuyên bà nên bình tĩnh lại, đừng quá sức kẻo quỵ xuống ngã gục không kịp cứu thì bà gắt gỏng lại với cô: “Ba mi túi mô cũng về báo mộng cho tau đi tìm xác. Tau mô có ngồi yên được.” Không biết bà có thực hằng đêm thấy ba cô hiện về trong giấc mơ không, nhưng nghe vậy cô thấy đau xót trong lòng cho mẹ và chỉ biết im lặng.

Không biết xác người ở đâu ra mà nhiều thế, có những xác mới chết còn nguyên vẹn thịt da dù đã mưng xanh, lở lói, nhưng cũng có những xác là bộ xương đã ố vàng. Cuốn phim kinh dị toàn ác mộng ấy tuần tự trôi qua trước mắt bà. Nhưng bà không bỏ cuộc cho đến một hôm, gần mười tháng sau khi về lại thành phố, bà nghe ở bên Phú Xuân gần đầm Hà Trung có một hố chôn lớn lắm, dễ thường đến mấy trăm cái xác. Vì Phú Xuân khá xa thành phố nên bà phải đem theo cơm vắt muối mè thuê xe đi từ sáng sớm. Băng qua những thửa ruộng còn chìm ngập trong biển nước mênh mông, bà thấy mấy đụn cát nổi lên từ xa. Chưa đến nơi bà đã nghe tiếng người khóc than ầm ỹ rồi. Một đám người lố nhố đứng ngồi trước một cái hố dài rộng có năm người mặc quần áo lính và ba người phu đào huyệt tay cầm xẻng đang đào bới dưới nắng trưa gay gắt. Xa xa hai ba người lính cầm súng trường đứng canh gác bên cạnh một chiếc GMC đang đậu. Cái hố không sâu lắm, trông nó như một giao thông hào chiến đấu. Đất vùng này phần nhiều là cát nên việc đào xới không khó khăn, nhưng các người lính đã phải khá vất vả khiêng các bộ xương lên. Mỗi lần một bộ xương được moi lên, hai người lính túm lấy áo quần của người xấu số khiêng lên đặt trên mô đất cạnh hố. Có bộ xương không có áo quần, hai người phải nhẹ tay lắm và thường phải cầm từng khúc một đem lên chất thành ụ trên mô đất để không lẫn lộn với xương người khác. Mỗi ụ như thế, xương sọ vẫn dính vào cột sống nằm ngay ngắn, nhưng bên dưới là một đống xương lộn xộn, xương bàn chân có thể nằm ở ngực cạnh xương sườn, xương cánh tay có thể nằm bắt chéo với xương ống chân. Ba người lính khác làm công việc nhận dạng xác chết nhờ vào giấy tờ tùy thân may mắn còn lại, hoặc có thể có người thân nhận ra bộ áo quần của kẻ xấu số. Mỗi lần có người nhận ra xác người nhà, tiếng khóc than lại nổi lên như cơn gió hú giữa trận bão tơi bời.

Trời nóng như đổ lửa, bà ngồi bệt dưới đất, chờ đợi.

Xế chiều, nhiều người tìm được xác người thân đã ra về, trong lòng họ hẳn đớn đau vô hạn nhưng còn chút an ủi là tìm được đống xương đem về làm lễ tống táng. Bà mẹ cô vẫn ngồi đó với chừng mươi người cuối cùng. Họ cũng thấp thỏm chờ đợi như bà. Ba người phu vẫn ra sức đào xới, họ mệt mỏi lắm rồi vì làm việc từ tờ mờ sáng vẫn chưa moi lên hết xác người. Đất cát màu thổ hoàng bây giờ ướt nhẹp như bùn vì nước dưới sâu lõng bõng sau những cơn mưa dai dẳng suốt mùa đông. Nhưng kìa, bà trông thấy hai người lính khiêng lên một cái xác trên ngực có chiếc khăn phu-la. Tim bà đập thình thịch. Chẳng lẽ sau mười tháng trời bà tìm thấy ông? Bà chạy vội lại. Đúng rồi, đúng là ông. Bộ quần áo này bà còn lạ gì, bà giặt cho ông mỗi tuần, giặt xong bà còn là phẳng phiu trước khi treo vào tủ để sáng hôm sau ông mặc đi làm. Nó là bộ quần áo ông ưa thích vì nó vừa gọn với thân hình gầy còm của ông. Và cái phu-la, nó đã thấm đất cát và nước bùn dơ suốt mười tháng nên màu huyết dụ ấm áp không còn nữa, nhưng bà không thể không nhận ra nó vì chính bà đã mua tặng ông hôm sinh nhật thứ 50 của ông, và chính tay bà quàng vội lên cổ ông lúc ông bị đám người lạ trói thúc ké bắt dẫn đi hôm tối mùng Năm Tết.

Bà bảo hai người lính lúc họ đặt cái xác xuống mô đất:

"Đây là chồng tui. Cảm ơn hai chú."

Bà không khóc được, có lẽ nước mắt bà đã cạn. Cũng có thể sự mệt mỏi thể xác lẫn tinh thần sau mười tháng trời tìm kiếm trong vô vọng khiến trí óc bà tê cứng, mê muội, không khóc nổi nữa. Nhưng, trời ơi, sao thế này? Bà hoảng vía, chết lặng một lúc lâu mới quay sang hỏi một trong hai người lính:

"Chú ni ơi… Còn cái đầu mô?... Răng không thấy cái đầu?..."

Người lính nhìn cái xác đoạn nhìn lại bà, ánh mắt đầy vẻ thương xót, ái ngại. Một lúc lâu sau anh ta mới thốt được:

"Nói thím đừng buồn… Chắc là bị chặt đầu… Tụi tui thấy nhiều lắm."

Bà rụng rời, không thể tin được lời người lính. Anh ta bảo bà chờ. Đoạn hai người tiếp tục đi khiêng xác lên. Bà ngồi bệt xuống đất bên cạnh bộ xương không đầu của người chồng rồi không hiểu sao bà gào lên chửi rủa với những lời lẽ có lẽ nghe thấu tận trời xanh. Bà chửi hết, không chừa một ai trên cõi đời này, từ kẻ nào đó chẳng ai biết trong ngôi làng nghèo khổ ngoài Quảng Trị nơi bà sinh ra cho đến Hồ Chí Minh, Ngô Đình Diệm, Ngô Đình Cẩn, Nguyễn Văn Thiệu, Nguyễn Cao Kỳ, nhớ người nào bà chửi người nấy, chửi hết người bà chửi đến Chúa, Phật, thần thánh. Bà chửi rất to khiến vài người phải ngừng khóc để nghe bà. Tiếng chửi của bà nghe thê thiết như tiếng tru của con thú bị thương, chứ không phải lời nguyền rủa. Nó làm mềm lòng kẻ gan lì, chai đá nhất. Nhưng nếu có ai ngồi gần đó nghe bà chửi và hiểu ra tiếng chửi thì không thể nín cười được, bởi bà chửi như sau: "Cao tằng tổ tỷ, cao tằng tổ khảo, cố tổ gia tông cả ông, cả bà, cả cha, cả mẹ, chú bác, anh em, họ nội, họ ngoại, xa gần ân ái, họ gái họ trai, dưới âm phủ đội mũ mà lên, trên thiên đàng xếp hàng mà đi xuống, bay hãy vén mái tai, gài mái tóc đặng chống tai lên cho rõ, chống cửa ngõ cho cao, chặt hàng rào cho thấp để mà nghe tau chửi đây nì. Tau chửi cho tan nát tông môn họ hàng cái quân khốn kiếp, cái quân vô hậu đã giết chết chồng tau. Mụ cô bay. Bay là lũ ác nhơn ác nghiệp. Bay là cái quân ăn chó cả lông, ăn hồng cả hột. Cái quân không sợ trời đánh thánh đâm... Mụ cô bay… Mụ cô bay… Mụ cô bay…"

Ba tiếng "Mụ cô bay" cứ thế tuôn ra đều đều như tiếng láy rền của điệu nhạc cáo chung kỷ nguyên văn minh loài người. Tiếng chửi của bà thật ra là tiếng khóc uất nghẹn của một kẻ chân chất, khờ khạo nhưng hiền lương bị lâm vào cảnh khốn cùng.

Chửi một lúc lâu, hình như thấm mệt, bà ngã vật xuống đất, vặn vẹo thân hình, rồi cuối cùng nằm im co quắp, nhưng miệng vẫn lầu bầu cái gì đó. Hình ảnh người đàn bà trong chiếc áo dài màu nâu cánh gián lem luốc đất cát bẩn thỉu, đầu tóc rối bù, nằm co quắp giữa một đống xương người có lẽ chỉ tìm thấy ở hai nơi: địa ngục và mảnh đất khốn khổ này. Chiếc nón lá nằm lăn lóc bên cạnh bị gió thổi bay là là, đến bờ miệng hố chôn xác người nó đậu lại, rồi một cơn gió nữa thổi tốc cuốn nó rơi xuống hố.

Bà nằm đó lâu lắm. Mặt trời đã ngả bóng. Ba người phu và năm anh lính đã ngưng tay. Mặt đất bây giờ không còn ai, ngoại trừ bốn năm chục bộ xương người không ai nhận vẫn nằm chỏng chơ song song bên nhau như thi gan cùng trời đất. Hai anh lính đem đến cho bà một đống mấy chục cái sọ người. Anh lính nói chuyện với bà lúc nãy lay bà dậy, bảo:

"Thím nì, thím ngồi dậy coi cái xương sọ nào là của chồng thím. Tụi tui được ông thầy quân y dạy là coi hàm răng thì có thể biết được. Thím có nhớ hàm răng chồng thím có gì đặc biệt không?"

Bà chống tay ngồi dậy, mím môi hít một hơi thở thật sâu vào phổi rồi cầm lên cái đầu lâu thứ nhất. Bà biết chứ. Bà biết hàm răng của ông có cái gì đặc biệt chứ. Vợ chồng ăn ở với nhau mấy chục năm trời mà không biết hàm răng của nhau có cái gì đặc biệt thì không phải vợ chồng. Bà dám tự hào bà là người đàn bà biết tính ý chồng hơn ai hết. Ông nghĩ gì, muốn gì, bà đều biết, và bà luôn luôn chiều chuộng ông. Bà lúc nào cũng lo cho ông từng cái ăn, cái mặc. Những lúc trái gió trở trời, ông đau mình nhức mẩy, bà một mình lo cạo gió cho ông, nấu cháo ông ăn, chạy qua bên kia phố lấy hai thang thuốc từ tiệm thuốc Bắc của chú Pháy rồi đem về hãm nửa ngày trong chiếc nồi đất với lửa củi riu riu thành một thứ nước đen như mực xạ bưng lên cho ông uống. Bao năm trời bà yêu thương, săn sóc ông. Cơ thể ông có cái gì đặc biệt, bà biết hết, biết rõ từng sợi lông, sợi tóc, huống chi hàm răng của ông. Cái chú lính này hỏi bà một câu thực vô duyên.

Bà ngồi xổm, hai tay bưng cái sọ người, ngắm nghía thật kỹ hàm răng trắng nhởn. Người sống, mỗi người một khuôn mặt, không ai giống ai, nhưng khi chết rồi, không sao phân biệt được xương sọ người này với người kia, cái nào cũng y hệt như nhau. Hai hốc mắt sâu hoắm của cái sọ người chĩa thẳng thật sát vào mắt bà như thôi miên. Cái miệng nhe ra. Với những hàm răng vẩu, bà để nó sang một bên, không cần xem kỹ, răng chồng bà đều và đẹp, không vẩu cũng không móm. Chỉ với những hàm răng đẹp bà mới mất thời gian xem xét kỹ lưỡng. Có cái bị đất cát bịt kín, bà phải thò hai ngón tay vào móc. Móc mãi mới sạch. Một hai con giun đất to tướng da láng bóng từ đó theo ngón tay bà bò ra. Trong những con côn trùng, bà sợ nhất giun. Thuở còn là cô gái sinh sống trong làng, những lúc cuốc đất trồng khoai, thấy giun là bà ném cuốc bỏ chạy. Vậy mà bây giờ bà chẳng thấy kinh hãi chút nào, bà bình thản túm lấy nó ném xuống đất rồi tiếp tục thò tay vào bới móc. Hai hốc mắt của cái xương sọ vẫn chằm chằm nhìn bà như thể cảm ơn bà đã giải phóng nó khỏi cảnh bị giun ăn hết óc.

Xem đến cái đầu lâu thứ mười tám thì bà biết chắc đây là đầu chồng bà.

TRỊNH Y THƯ

TRỊNH Y THƯ

Tại phòng đợi

1.

Cuối cùng ông Hoàng bị đẩy vào một gian phòng. Đúng ra chẳng ai đẩy ông cả. Thân thể ông như không có trọng lượng, đôi chân như bay là là trên mặt đất. Người ông nhẹ hơn không khí, và nó cứ bay như thế cho đến lúc ông nghĩ phải dừng lại kẻo va vào kẻ khác. Nói là gian phòng chứ thật ra ông không thấy bốn bức tường đâu cả, và bóng người thì đầy kín. Ánh sáng trong gian phòng cũng lạ lắm, nó là thứ màu trắng xanh như đèn nê-ông lúc gần cháy bóng, nhợt nhạt tỏa đều phả xuống đám người lố nhố bên dưới. Ông nghĩ đây phải là một gian phòng, một gian phòng rộng mênh mông, bởi ông vẫn cảm nhận được cái sàn cứng, bằng phẳng dưới chân. Ông không nhìn rõ sàn vì ánh sáng trong phòng và màu của sàn tiệp vào nhau làm một, tạo thành một khối không gian không hình tượng, không đường biên. Có lẽ nó là thứ sàn nhà rẻ tiền tráng xi măng thường thấy tại các nhà kho. Ông ngước mặt nhìn lên trần nhà, nó cao rộng lắm, trông như cái vòm khổng lồ của sân vận động, sâu hun hút, từ đó thứ ánh sáng bệnh hoạn phả xuống, nhưng không thấy bóng đèn đâu.

Cảm giác bỡ ngỡ ban đầu tạm lắng xuống, ông Hoàng bắt đầu để ý đến đám người xung quanh. Họ đông lắm, đứng kín khắp nơi, nhưng không ai đụng vào ai, như thể họ cố ý né tránh va chạm nhau. Toàn thân họ, ai cũng như ai, trắng toát một màu, nếu nói là cùng màu với ánh sáng từ trên phả xuống, và màu cái sàn bên dưới thì cũng không sai bao nhiêu. Tất cả tạo thành một khung cảnh mờ ảo tuyệt đối, và thật chán mắt, bởi không hề có một hình tượng, một món vật nào khác ngoài đám nhân ảnh chập chờn như bóng ma trong một không gian sáng không ra sáng, tối không ra tối. Ông Hoàng để ý thấy họ giống nhau lắm, ai nấy đều không có tóc, đầu trọc nhẵn thín, trên người họ khoác hờ một chiếc áo, đúng hơn, một mảnh vải mỏng manh như áo bệnh nhân mặc trong nhà thương, và chiếc áo cũng màu trắng như mặt mày, tay chân họ. Bất giác ông Hoàng đưa tay lên sờ đầu mình, cái đầu ông cũng trọc lóc, không có sợi tóc nào, thậm chí lông mày ông cũng không còn, hình như vậy, nếu ông còn tin tưởng vào xúc giác bàn tay ông. Đến đây thì ông nhận ra ông và những người xung quanh đều đồng dạng, chẳng mảy may khác biệt, tất cả đều trắng toát, tất cả đều có khuôn mặt y như nhau, một khuôn mặt của chiếc máy rô-bô hình người vô cảm, tất cả đều mờ ảo bên trong gian phòng với thứ ánh sáng trắng xanh ma quái, rùng rợn.

Dáng điệu mọi người có vẻ bồn chồn như đang chờ đợi một biến cố gì trọng đại sắp xảy ra, nhưng họ không náo động mà chỉ di chuyển chậm chạp, và trong lúc di chuyển, mặt họ hơi cúi xuống như tránh nhìn mặt nhau. Sự di chuyển ấy xem ra chẳng ích lợi gì bởi họ chỉ đi vài bước lại trở về chỗ cũ. Nó là sự hoán chuyển chỗ đứng thì đúng hơn, dù không phải lúc nào cũng hoán chuyển với cùng một người, bởi sau khi đổi chỗ với người này họ có thể làm y như thế với một người khác, và nhờ thế vị trí của họ luôn thay đổi. Nhưng sự thay đổi đó chẳng khiến họ có tầm nhìn khá hơn, tất cả vẫn hoàn lại như cũ, vẫn chẳng nhìn thấy gì khác ngoài một biển người lô nhô lúc nhúc chuyển động xung quanh.

Ông Hoàng cũng ngạc nhiên hết sức khi nghe tiếng người râm ran mà không thấy môi miệng ai mấp máy động đậy. Họ là những người biết nói bằng giọng bụng ư? Như các anh chàng làm trò nói chuyện với hình nộm giúp vui trên sân khấu. Cái đó thật khó hiểu. Ông bây giờ nhập bọn với đám người khó hiểu này. Ông tiến tới một nhóm đang đổi chỗ cho nhau. Lại gần ông thấy không phải ai cũng cùng một nét mặt. A, có thế chứ! Ông Hoàng reo thầm trong lòng. Mỗi con người là một công trình tạo dựng duy nhất của Đấng Tạo Hóa, con người đâu phải rô-bô. Và may quá, ông vẫn nhận ra đàn ông khác đàn bà, khác nét mặt và khác thân hình. Điều này khiến ông phấn chấn đôi chút như vừa được an ủi rằng thế gian chưa đến nỗi tuyệt vọng, bởi đối với ông Hoàng, chẳng gì kinh khiếp hơn một thế giới đồng dạng, sự đồng dạng của một trại tù, trại tập trung.

2

Ông Hoàng đang đổi chỗ với một người mà ông đoán là đàn ông, ông ta có thân hình to béo với dáng đi xẳng xớm như một lực sĩ cử tạ. Lúc gần đối mặt nhau, ông Hoàng hỏi ông ta (môi ông không hề cử động):

"Đây là đâu, thưa ông?"

"Phòng đợi chứ còn đâu nữa. Đồ ngu!" Ông ta nói như quát, nhưng nét mặt trơ tráo, có vẻ hoang mang, khiếp hãi chứ không có gì là dữ dằn, hung tợn.

"Phòng đợi? Nhưng mà đợi đi đâu?" Ông Hoàng cố giữ vẻ nhẫn nại hỏi tiếp.

"Đi về đâu thì chỉ có Trời biết!"

Nói xong, ông ta phớt tỉnh dợm chân đi tiếp, nhưng hình như mấy người xung quanh nghe được vài câu đối thoại ngắn ngủi giữa ông Hoàng và nhà lực sĩ cử tạ, bèn xúm lại chặn bước hai người, vô tình vây hai người vào giữa vòng vây của họ.

Một ông ra dáng giáo sư đại học, bảo:

"Tôi biết bọn mình đợi đi đâu."

"Đi đâu? Đi đâu? Ông nói chúng tôi nghe thử." Mọi người nghe thế bèn nhao nhao lên hỏi tới tấp vị giáo sư đại học.

"Đằng kia kìa, mãi tít đằng kia có hai cái cầu thang bằng đá, một cái đi lên và một cái đi xuống. Ai được lên cầu thang đi lên sẽ lên thiên đàng, còn ai bị đẩy xuống cầu thang đi xuống sẽ xuống địa ngục."

Hiển nhiên vị giáo sư đại học khả kính là người duy tâm. Và ông nhìn vấn đề thật giản dị, giản dị đến độ trong veo. Mọi người lại tiếp tục nhao nhao:

"Chắc chắn tôi sẽ lên thiên đàng, lúc sống tôi làm toàn điều thiện, điều lành…"

Thế là những câu nói như vậy nổi lên không dứt. Họ tranh nhau nói. Kẻ bảo tôi đi nhà thờ cầu nguyện mỗi ngày, chắc chắn Đức Chúa Trời cho tôi lên hầu hạ Ngài. Kẻ khác bảo tôi năm ngoái cúng dường cho chùa Năm Vàng gần một tỉ đồng, Đức Phật Thế Tôn không thể đọa tôi xuống địa ngục được, nếu tôi bị bắt xuống dưới đó, tôi sẽ hiện về chùa đòi lại tiền cho mấy người biết tay tôi. Một kẻ lại nói, tôi kinh doanh buôn bán, đôi lúc phải ăn gian nói dối một chút, nhưng bù lại ngày rằm nào cũng ăn chay niệm Phật, chắc Ngài không bắt tôi chịu tội đâu. Một kẻ nói cả đời tôi chỉ lỡ làm một cô gái ngây thơ có bầu và ép cô phá thai, sau đó tôi cho cô ta một số tiền lớn để làm ăn rồi tôi bỏ trốn. Sau này tôi nghe nói nhờ số tiền tôi cho cô buôn bán khá giả, lấy chồng, đẻ con, gia đình hạnh phúc. Một con người như tôi thì không thể nào xuống địa ngục được.

Ông Hoàng nghe muốn bể đầu, không biết bao nhiêu lời lẽ biện hộ, biện minh cho những thành tích của mình lúc sống được đem ra mổ xẻ phân tích với niềm tin chắc nịch mình sẽ lên thiên đàng. Chẳng ai muốn xuống địa ngục, mặc dù lúc đó chắc chắn không ai biết thiên đàng thật sự có cái gì và sống dưới địa ngục thì khổ sở như thế nào. Không ai biết.

Ông duy tâm có vẻ hể hả hãnh diện lắm, như thể mình là lãnh tụ anh minh của đám người này. Nhờ ông, họ biết đường lên thiên đàng và chỉ chờ hiệu lệnh ban ra là ông sẵn sàng dẫn đầu bọn họ như đoàn hùng binh tiến bước ra hai cái cầu thang đằng kia, và tất cả sẽ ưỡn ngực, mặt ngước lên cao, bước lên cầu thang đi lên chứ không một ai phải đi xuống.

Tiếng ồn ào thưa dần, mọi người dường như bớt vẻ ưu tư, bồn chồn khi nãy. Có kẻ quay đầu tiếp tục cuộc hoán chuyển vị trí đứng của mình. Bỗng có giọng một người nào cất lên nghe rõ mồn một:

"Thối! Thối! Cả lũ thối! Thối không chịu được! Thối đéo ngửi được! Đếch có thiên đàng hay địa ngục nào ở đây như các ông các bà khéo tưởng tượng…"

Lời nói của ông rõ to, chắc nịch như vị tướng quân hiệu triệu quân lính trước khi lâm trận. Vài kẻ vừa quay đầu định bước đi nghe thế bèn quay phắt lại nghe ngóng. Ông Hoàng cũng dừng lại cố tìm xem người vừa thốt câu nói đó là ai. Ông ta tiến ra cho mọi người thấy mặt (dù là cái mặt đồng dạng với bất kỳ ai khác). Ông Hoàng nhìn kỹ thấy đó là một con người nhỏ thó, chân dường như có tật, đi đứng ngả nghiêng như người say rượu. Ông ta có dáng điệu của một họa sĩ, nhưng giọng nói lại rổn rảng như một nhà hùng biện. Ông ta nói:

"Thiên đàng hay địa ngục toàn là những việc con người bịa đặt ra để ru ngủ những kẻ yếu bóng vía, những kẻ tin vào chuyện thần tiên. Chết là hết, các người nghe chửa!? Chẳng có thiên đàng hay địa ngục nào cho các người tiếp tục cuộc sống tồi tệ của các người đâu.

Chết là về với cát bụi, là tan ra thành những hạt tử trong vũ trụ…"

Nghe chưa dứt câu đã biết ông ta là người duy vật, một trăm tám mươi độ với ông duy tâm bên kia. Ông duy tâm cùng mọi người im lặng lắng nghe. (Ít nhất trong lúc này, người ta biết lắng nghe nhau, không như khi còn sống người ta khóa miệng nhau như khóa mõm một con chó dại, không bao giờ cho người khác ý kiến với mình phát biểu, dù chỉ là một lời than van oan ức tắc nghẹn trong cuống họng.)

Ông duy vật tiếp tục nói:

"Cái vũ trụ ông bà đang sắp trở về có tỉ tỉ dải ngân hà, mỗi dải ngân hà có tỉ tỉ ngôi sao, mỗi ngôi sao là một thái dương hệ với nhiều hành tinh, và các hành tinh đó có thể có đời sống. Chỉ cần một bài tính xác suất cực kỳ đơn giản, chúng ta cũng thừa biết là có cả tỉ tỉ tỉ tỉ sinh linh trong vũ trụ này. Với số người vũ trụ đông đảo kinh khiếp đó, Chúa Phật nào, hay Thượng Đế, Đấng Tạo Hóa nào lo lắng cho từng người được. Câu nói nếu Thượng Đế sinh ra muôn loài thì Thượng Đế phải có chương trình cho muôn loài, Thượng Đế không chơi xúc xắc với những sinh vật Ngài tạo dựng, vân vân, là những câu nói láo. Láo! Láo! Láo khoét! Toàn những điều láo khoét! Nếu có Thượng Đế thì Ngài có chơi xúc xắc với mọi con người trên mặt hành tinh này và các nơi khác trong vũ trụ. Các người sắp trở về làm những hạt tử trong vũ trụ vì đó là nơi sản sinh ra các người, các người và các ngôi sao trong vũ trụ có cùng một nguồn gốc, một chất liệu cấu thành, cùng những hạt tử y như nhau, chẳng qua là do một duyên khởi nào đó mà trở nên khác nhau thôi…"

"A, chính cái duyên khởi đó là hành động thánh hóa phi thường của Thượng Đế đã cho chúng ta hình hài đặc biệt này." Ông duy tâm chụp lấy cơ hội phản bác liền. "Chúng ta khác với những ngôi sao vô hồn kia, và phải chăng đó chính là món quà vô giá mà Thượng Đế đã ưu ái ban cho chúng ta? Chối bỏ Thượng Đế là hành vi của kẻ chạy tội, kẻ bán linh hồn cho quỷ!"

Ông duy vật cười khan mấy tiếng đoạn nói tiếp:

"Các ông các bà ngây thơ mới tin như thế. Thử hỏi đã có ai

thấy Thượng Đế bao giờ chưa? Hay chứng kiến một thao tác ban phát nào Thượng Đế làm cho chúng ta chưa? Nhưng vũ trụ này, chúng ta đã phân chất tường tận, chúng ta đã tận mắt nhìn thấy những hạt tử nhỏ bé nhất trong vũ trụ, chúng ta đã nhìn thấy sự cấu thành và hủy diệt của các vật thể trong vũ trụ, từ các ngôi sao vĩ đại cho đến các sinh vật li ti, tất cả đều sinh ra rồi chết. Cái chết là sự trở về, trở về cái nguyên thủy, nguyên sơ ở thể dạng tinh tuyền nhất, đó là những hạt tử…"

"Cái ông nói là vật chất, nhưng còn tinh thần, còn linh hồn. Linh hồn là bất diệt. Thác là thể phách, còn là tinh anh. Cái tinh anh ấy chính là linh hồn. Mà linh hồn thì bất tử, không ai có quyền năng hủy diệt linh hồn." Ông duy tâm nhất định không chịu thua, ông còn lấy Kiều cho viện chứng của mình mặc dù ông hiểu sai hay cố tình hiểu sai câu thơ của cụ Nguyễn.

"Bất diệt cái con khỉ tiều! Ông ngu thấy mẹ, chỉ biết tin vào những tín điều ấu trĩ và ngu dốt do những kẻ mị dân đặt ra để mê hoặc, không chế những kẻ tin vào chuyện thần tiên như ông. Linh hồn cũng là hạt tử, ông rõ chưa? Chỉ có hạt tử là bất diệt, còn tất cả, nghe tôi nói này, tất cả những gì do hạt tử cấu thành đều sinh rồi diệt, đều từ hạt tử mà ra rồi trở về thành hạt tử." Ông duy vật quát lại. Ông định nói thêm, nhưng nghĩ sao ông im lặng, thân hình bé loắt choắt của ông bỗng như co rút, trở thành cái gì vô trọng lượng, chỉ chực tan biến vào hư vô.

Có lẽ ông sắp biến thành những hạt tử thật rồi.

Có kẻ lên tiếng chất vấn ông duy vật:

"Nếu ông nói là chúng ta sắp trở về cát bụi, sắp biến thành những hạt tử hay cái quỷ quái gì đó, thì xin ông cho biết chúng ta đang làm cái chó gì ở cái phòng đợi chết tiệt này?"

"Các ông các bà sẽ phải ở trong phòng đợi này cho đến khi nào…"

Đang nói ông duy vật bỗng ngưng bặt, mọi người thấy ông run lên. Mãi một lúc sau mới nghe tiếng ông vo ve như hàng trăm con ong, cái giọng hùng biện biến đâu mất, còn lại chỉ là tiếng nói như than van:

"Các người đang sống trong khoảng thời gian một từ một phần ngàn giây đồng hồ cho đến vài phút sau khi cơ thể các người đã bỏ cuộc, quả tim đã ngừng đập. Cơ thể đã chết nhưng não bộ chưa chết hẳn mà vẫn gây ảo giác như trong giấc mơ. Sau một phần ngàn giây đồng hồ, mọi thứ sẽ tắt phụp và lúc đó cái chết mới thực sự bắt đầu… Bắt đầu quy trình trở về hạt tử…"

Ông không nói gì nữa, nhưng vẫn thấy ông đứng đó, càng lúc càng thiểu não, tội nghiệp.

Ông duy tâm sau khi nghe ông duy vật nói cũng bớt vẻ kiêu hãnh. Sự thật là ông đứng đó bất động như một tội phạm vừa nghe bản án tử hình từ quan tòa giáng xuống. Tay lực sĩ cử tạ thân hình to lớn như ông hộ pháp tiến lại gần vỗ vai ông, hỏi:

"Có thật ông thấy hai cái cầu thang đằng kia không?" Vừa nói ông vừa giơ ngón tay chỉ về phía xa xa nơi không ai thấy hình thù rõ rệt nào mà chỉ có những đầu người lố nhố. Ông duy tâm xoay nửa người nhìn lên nhà lực sĩ với vẻ gượng gạo, ông nói thật nhỏ nhưng ông Hoàng nghe rõ:

"Chính mắt thì tôi chưa thấy nhưng tôi có đọc sách nói về nó và tôi tin vào sách. Tôi là người có đức tin…"

A, đức tin. Cái này mới là gay go đây, ông Hoàng nghĩ. Đức tin là bảo hiểm cho mình được lên thiên đàng thay vì sa xuống địa ngục. Ông duy tâm hiển nhiên là người tin tưởng như thế, và lúc nào trong túi ông cũng thủ sẵn tờ bảo hiểm chứng thực ông là người có đức tin. Kẻ có đức tin trong lúc sống có thể bị bách hại dã man, nhưng khi chết họ được Thượng Đế dành chỗ đứng trên thiên đàng, như hơn trăm ông Thánh tử đạo hồi thế kỷ XIX. Hay họ cũng tan biến thành các hạt tử như ông duy vật hùng hổ phát biểu ban nãy.

Dĩ nhiên, ông thừa biết câu trả lời của hai ông duy tâm và duy vật sẽ như thế nào. Nhưng vốn là người tin vào đạo trung dung, ông muốn nói chuyện thêm với cả hai để biết đâu tìm được câu trả lời khả lý nhất. Dáo dác nhìn quanh, ông không thấy ông duy tâm đâu cả, có lẽ ông đang đi tìm hai cái cầu thang, có lẽ ông đã quên béng nhiệm vụ của ông là dẫn đầu đoàn hùng binh tiến lên thiên đàng. Ông Hoàng bèn mon men bước lại chỗ ông duy vật đang đứng. Ông thấy ông này vẫn đứng yên như cũ, nhưng thân hình ông run bắn lên như kẻ bị động kinh. Ông Hoàng ghé mặt sát vào định xem tình trạng của ông ra sao thì đột nhiên nghe thấy tiếng lẩm bẩm phát ra từ miệng ông. Ông ngẩn người không hiểu ông duy vật đang nói gì, nhưng chỉ một lát sau ông nhận ra ông duy vật đang đọc một bài kinh cầu người ta hay đọc trong giờ lâm minh, bởi ông lặp đi lặp lại một câu: "Xin Chúa rủ lòng thương xót linh hồn con và các linh hồn nơi luyện tội, mà đem về hưởng phúc trong nhà Chúa muôn đời…"

3.

Bây giờ phần nhiều đám đông những bóng trắng như ma trơi đã tản mác ra chỗ khác, họ lại tiếp tục hoán chuyển chỗ đứng với những người-ma khác. Nhưng vẫn còn dăm bảy người đứng đó cạnh ông Hoàng và ông duy vật. Miệng ông duy vật vẫn phát ra những lời kinh cầu đều đều buồn chán. Hay ông đổi ý vào phút chót, không muốn làm hạt tử bé xíu chẳng thú vị chút nào nữa, mà muốn rong chơi trên thiên đàng? Một điều ông Hoàng chắc chắn là ông duy vật đang sợ hãi, có cái gì đó khiến ông lên cơn sợ, bởi thân hình loắt choắt như một đứa bé con của ông không ngớt run lên bần bật và càng lúc càng co rút vào, rúm ró như một cái giẻ rách.

Bỗng có tiếng một người đàn bà vang lên:

"Tội nghiệp con bé Annie trưa nay đi học về không biết có cái gì ăn không?"

Đoạn bà xoay người sang người bên cạnh, nói tiếp:

"Nó là con cháu gái của tôi đấy, bà ạ. Nó ngoan lắm cơ, học giỏi nữa. Tôi thương nó lắm vì bố mẹ nó mải làm ăn chơi bời, suốt ngày bỏ bê nó…"

Người kia, cũng là một người đàn bà, không để bà dứt lời, nói ngay:

"Tôi cũng tội nghiệp thằng cháu trai tôi lắm. Bố mẹ nó là đại gia nhờ biết dựa vào thế lực nhà nước làm ăn với tư bản nước ngoài, tài sản cơ ngơi lên tới cả trăm triệu đô-la, nhưng nó bị tật nghiện ngập xì-ke ma túy đến nỗi thân tàn ma dại, bây giờ cũng đang chờ chết. Nó lại là cháu đích tôn mới khổ cơ chứ…"

Bà này chưa dứt lời thì một ông xen vào:

"Tôi cũng là đại gia đấy, các bà ạ. Sáng nay chưa kịp ký cái hợp đồng 50 triệu đô-la với thằng Jinhua thì tôi bị nhồi máu cơ tim chết không kịp ngáp…"

Cứ thế, năm bảy cái miệng thi nhau kể lể thành tích của mình lúc còn sống. Và y như lúc còn sống, họ giành nhau từng lời nói như thể mỗi cuộc đàm thoại là một bãi chiến trường khốc liệt, không ai nhường ai mà phải tiên hạ thủ vi cường. Tất cả chỉ để nói về cái tôi, cái của tôi, cái về tôi, cái cho tôi, cái bởi tôi. Dù đã là ma nhưng cái tôi của họ xem ra nặng ký chẳng kém gì lúc sống.

4.

Ông Hoàng nghe phát chán, ông xoay lưng định đi tìm một khoảng trống để tránh phải chạm mặt ai. Đi một lúc ông tìm được chỗ sàn doãng ra thưa người, ông vừa bước chầm chậm vừa suy nghĩ về cuộc đấu khẩu vừa rồi giữa ông duy tâm và ông duy vật.

Hừm, ông duy tâm nói có lý. Bởi theo lời ông duy vật thì con người và cục đất là như nhau.

Lẽ nào như thế được! Ông Descartes chẳng nói là "Je pense, donc je suis" đấy ư? Triết lý của ông Descartes đặt con người lên cấp bậc thượng đẳng, tối ưu trong các loài trên mặt đất này. Đấng Toàn Năng ban cho con người bộ óc có trí thông minh vượt trội hơn các loài khác, và nghiễm nhiên con người làm chủ nhân ông hành tinh này. Con người có quyền kiêu hãnh chứ. Làm chủ nhân ông một hành tinh trong vũ trụ nào phải chuyện tầm thường! Con người xứng đáng nhận lãnh vai trò đó. Hắn làm chủ ngôi nhà và hắn có quyền hưởng những đặc ân do ngôi nhà đem lại. (Hắn có biết gìn giữ, vun xới ngôi nhà cho tốt đẹp, yên lành mãi hay không là chuyện khác).

Nhưng giả sử vào buổi sáng cái hôm mùng 5 tháng 9 năm 1977 đó, ta đáp chiếc phi thuyền không gian Voyager I vượt khỏi thượng tầng khí quyển quả đất, và ngót nửa thế kỷ sau nó bay ra khỏi hệ thái dương, khỏi hấp lực mặt trời. Lúc đó ta ngoái đầu nhìn lại trái đất (một điểm xanh nhỏ xíu lấp lánh giữa vũ trụ bao la đen kịt) thì những điều ông duy vật nói lại là sự thật. Bởi trong mắt nhìn của ta lúc đó, con người và cục đất là như nhau, cả hai đều vô nghĩa, đều vô trọng lượng, đều không là gì cả. Ta thấy cả hai bình đẳng. Con người không là chủ nhân ông của bất cứ vật gì, không sở hữu cục đất. Ngược lại là đằng khác, con người gặp cục đất phải cung kính chào hỏi (nếu không sẽ bị cục đất ném vào mặt cho phù mỏ). Ta thấy ông Descartes chắp tay sau đít đi tới đi lui trong phòng suy nghĩ mông lung vì cảm thấy thân phận cùng danh giá mình đột nhiên thấp hèn, và ông Nietzsche không phải ra đường phố ôm đầu con ngựa thồ mà khóc rống lên vì thương xót con vật bị con người, chủ nhân ông của nó, hành hạ thân xác đến tả tơi.

Vậy, ông duy tâm đúng hay ông duy vật đúng? Ông Hoàng tự hỏi và ông có cảm tưởng như cả hai đều đúng và cả hai đều sai. Cũng như tất cả các chân lý trên thế gian, không chân lý nào là tuyệt đối. Ngoại trừ cái chết. Ông Hoàng tạm thời kết luận như thế.

Chỉ có cái chết là tuyệt đối, và đời sống trên cái điểm xanh lơ bé xíu đó chỉ có một ý nghĩa duy nhất là chuẩn bị cho cái chết. Ông Hoàng lại suy nghĩ trong lúc né tránh một vài bóng người-ma đang xăm xăm bước tới. Ông Hoàng lúc sống là một nhà văn và ông đã sống hết đời tận tình như một nhà văn. Nhà văn là kẻ "phải lòng" với cuộc sống. Ông Hoàng rất thích định nghĩa này của một nhà văn khác, bạn thân của ông. Ông này mất trước ông vài năm. Vâng, ông Hoàng là người như thế, ông "phải lòng" với cuộc sống và ông không bao giờ ngần ngại lao mình vào cuộc sống với lòng hăm hở của kẻ sắp sửa lên đường. Ông đã chiêm nghiệm đầy đủ hạnh phúc và khổ đau của cuộc sống, nên khi chết ông chẳng có gì tiếc nuối như cái bà có cô cháu gái tên Annie, hay ông đại gia chưa kịp ký cái hợp đồng 50 triệu đô-la. Ông xem cái chết là một phần đời sống, và cái đáng sợ không phải là cái chết, mà là cái gì nóng bỏng trong lòng bỗng dưng có lúc nguội lạnh rồi chết trong lúc mình còn đang sống.

Chỉ sau khi những trải nghiệm sống đã chín muồi, những xúc cảm đã tràn đầy, những suy nghiệm đã viên mãn, lúc đó ông mới viết. Ông viết hết, không e dè, không nhẹ tay chừa lại một chút gì trong ngòi bút, và bởi thế nhiều người bảo ông điên. Vâng, có dạo ông tưởng ông điên thật và ông phải vào nhà thương điên tịnh dưỡng. Nhưng chỉ một thời gian ngắn sau ông biết mình chẳng điên chút nào. Chính những điều người đời bảo ông điên đã là chất liệu tinh ròng không ai có, để ông, với sức sống cuồng nhiệt và sự nhạy cảm, biến thành nghệ thuật. Ông đã sống hết mình, và viết hết mình với tất cả sự chân thật trong lòng.

Nhưng hỡi ôi! Tất cả những điều ông đang suy ngẫm này có thật như vậy không, hay ông vẫn hiện nguyên hình là kẻ ngoa ngôn hư ngụy? Cái chết đáng sợ thật, nhưng cái chết trong lòng người thương yêu còn sống mới đáng sợ bội phần. Hơn một lần ông Hoàng viết như vậy trong các tác phẩm của mình. Mặc dù ý tưởng đó ông chỉ sao chép lại bản chính từ các tác giả đi trước, nhưng bây giờ nghĩ lại ông thấy nó láo khoét quá chừng. Láo! Láo! Láo khoét! Y như ông duy vật mắng ông duy tâm lúc nãy. Ông tự nói với mình và cảm thấy xấu hổ vì đã từng viết những điều chẳng ra gì, toàn những điều trá ngụy và khoa trương một cách ngu xuẩn. Nhà văn là một bọn nói láo, ông đã nói láo về cái chết, bởi ông biết gì về cái chết cơ chứ, và muôn kiếp sau cái chết vẫn là một bí ẩn vô biên.

Bây giờ ông Hoàng cảm thấy sợ hãi, y như ông duy vật với cái thân xác nhỏ xíu thảm thương đang đứng đằng kia run lẩy bẩy. Ông Hoàng không biết sẽ phải ở trong cái phòng đợi này bao lâu nữa. Khi người ta không biết tương lai mình về đâu, người ta sợ hãi. Ông duy vật nói giấc mơ này kéo dài một phần ngàn giây nhưng sao nó dài như vô tận. Có lẽ nó diễn ra trong một phần ngàn giây đối với người sống, còn với người chết thì là thiên thu. Ông Hoàng không nhẫn nại được nữa, có lẽ ông sắp điên thật.

Bỗng ông thấy đám người-ma xung quanh như giãn ra tạo thành những khoảng cách rộng rãi hơn ban nãy. Hay là có sự di chuyển? Hay là có người lên hay xuống cầu thang như ông duy tâm tin tưởng và số người trong phòng thưa dần? Ông Hoàng hoang mang, nhưng ông chưa kịp có nhận thức nào rõ rệt thì không biết từ đâu đã có những bóng người-ma đột ngột hiện lên, ngay tức khắc làm đầy những khoảng cách vừa giãn ra. Ông Hoàng vẫn đứng nguyên vị trí cũ. Một bóng người-ma dáng điệu như một gã du côn đi thật nhanh đến gần ông. Khi giáp mặt, gã hất hàm hỏi:

"Ê, đây là đâu dzậy, cha nội?"

"Phòng đợi chứ còn đâu nữa. Đồ ngu!" Ông Hoàng xẳng giọng trả lời gã, đoạn ông bỏ mặc gã đứng đó, tiếp tục hoán chuyển chỗ đứng với những người-ma xung quanh. Bước đi chậm chạp, từ tốn như đang suy nghĩ điều gì hệ trọng, nhưng thật ra đầu óc ông đang rỗng rãng, trống không.

TRỊNH Y THƯ

VIÊN DUNG
TRỔ QUÁ THÌ

Vàng ửng nâu, ngất
mong cầu
giữa chừng lá chết
nghe câu
thanh âm từng phiến
rụng sầu
bừng vui

lỡ thì ngóng
gặp duyên muồi
mẫn yêu
đánh thức hôn môi
ai nghe trống động

tình nhồi
cơ tim
duyên nghiệp
đến
ngoại lối tìm
âm hưởng vọng
thuở tình duyên
thu nay vừa chín nòi tình
gặp em

biết phải từ dạm mối đem ?

VIÊN DUNG

VIÊN DUNG
CHUÔNG CỘI

Chuông ngân ngấn lệ
xa người
khoe khoang
trầm tích hổ ngươi
an nhiên vắng
đợi
mòn hơi sắc nguồn

quả buồn
thuở mất quân vương
cánh tranh đấu
dựa
lạc đường
trầm luân kiếp nạn
mộng thường lao đao

cầm hạc
mịt lối tiêu dao
yên trăng thới thuận
khơi mào
chuông thiêng cội nhắn
hạnh chào
tổ tông

VIÊN DUNG

SA CHI LỆ
NHƯ CHIẾC LÁ RƠI

…Nàng bước vào đời ta
ôm thiên đường bất trắc
Bởi tình yêu không mặc áo nhân gian
Tà áo xuân khiêu vũ dấu chân nàng
Sao nốt nhạc ngập ngừng bay trong gió…

Giọt sương tan ngấm hồn say tình sử
Đường chiêm bao rơi rớt ánh trăng thề
Cơn gió nhẹ lao xao thuyền kỷ niệm
Sẽ về đâu khi tuổi đẫm sơn khê

Ta cứ tưởng xuống trần rong chơi mãi
Nào ngờ đâu chớp mắt mỏi chân rung
Đời phải chăng chỉ là cơn ác mộng
Như chiếc lá rơi vào cõi tận cùng

Xới giấc ngủ khói hồng loang khắp nẻo
Ngợp giường mây gối gió ấp chăn sao
Tay chim lạc theo dấu chân cỏ rối
Đâu bến bờ trăng ướt đẫm thanh tao

Mưa tinh khôi rơi chập chùng trinh tiết
Ta dìu em xuống mấy ngã luân hồi
Suối thiêng liêng soi bóng nai nhả nhạc
Nghe bốn mùa bất chợt rụng thiên cơ

Ta nhìn em cuộc đời run bám chặt
Em nhìn ta tỏa hằng vạn kiếp thu
Cùng lắng nghe tiếng rộn ràng nhân thế
Chúng cho nhau nghìn danh vọng sương mù

SA CHI LỆ

SA CHI LỆ
LỤC BÁT RỜI

Kiêu sa tháng sáu chia hai
Vịnh vai ảo giác lưu đày tuổi tên
Mời em trang điểm ngủ quên
Rừng khuya lên đỉnh mon men lạc hồn

Mặt trời bỗng vỡ tan hoang
Ta bơi đuối giữa oan khiên cõi về
Cho dù nghìn kiếp đam mê
Cũng không bằng nửa một ta dương phai

Nhớ em sao chữ cuồng say
Rớt rơi từng mảnh thiên thai chập chùng…
Cúi đầu mộng đổ nghiêng vai
Nghe từng hơi thở trải dài bóng em

Hạt mưa tháng sáu ngoan hiền
Đọng bờ tình ái con thuyền neo trăng
Rung rinh gợn sóng phiêu bồng
Giật mình nghe vọng còn không ngày về

SA CHI LỆ
Tháng sáu TORONTO

NGUYỄN VĂN SÂM

Cung Tàn Điểu Tận

Tặng X., bạn đồng tù vượt biên trại Thắng Nhứt Vũng Tàu 1978.

Sau buổi cơm chiều thường thường chúng tôi ngồi chùm nhum quanh cái bình tích trà để tán dóc đở buồn cho tới khi kiểng đánh leng keng báo giờ đi ngủ. Nước nóng đã có trại cung cấp mỗi ngày hai lần cùng với bữa "*cơm*". Ông Sáu già có sáng kiến lấy khăn lông quấn chung-quanh cái *lon gô* để giữ hơi ấm lâu tới đâu hay tới đó. Chúng tôi gọi *lon gô* đó là bình tích trà tàu. Nhưng năm khi mười họa mới có trà. Mà là trà Huế nát nhừ, mốc thít gởi mua ngoài chợ do thằng Hai Bảnh ngoại giao với mấy chị nuôi phục vụ dưới nhà ăn. Hôm nay có trà mà cũng có đường nữa, đường chảy đen ngòm mấy tay hình sự mua từ lò đường mía nấu chui đâu đó. Đầy đũ. Hứa hẹn một buổi tối vui.

Trong góc phòng thằng Sáu-đờn-kìm nằm tréo ngoãi nảy giờ bỗng cất tiếng ca một đoạn Lan và Điệp mùi tận mạng:

...Chôn bướm với Lan giết lòng thương nhớ - Lan chốn vô ưu sống đời nâu sòng – Còn đâu ân xưa ngày cũ. Tấm thân em quy y rồi. Dáng xưa có mờ tâm khảm.... Ân ái đã tan nghĩa tình đâu nữa. Xa cách bể dâu đổi dời muôn đời. Vì đâu hoa xưa lìa cánh. Bến xưa thay đổi con đò...Để hôm nay khóc tình dỡ dang...

Rồi nó nhảy từ chỗ nầy qua chỗ kia, băng từ vai Lan qua vai Điệp, nó đóng luôn vai chú tiểu, vai vợ Điệp, mẹ Điệp, ông Tú... không chừa ai hết.

Chúng tôi im lặng để thưởng thức tài nghệ của nó. Thằng coi ô nghề kịch cợm, nói năng bạt mạng nhưng có giọng ca "*tiền không*". Nghe giọng ca ngọt ngào của nó bắt nhớ nhà khan, mà càng nhớ nhà càng ham nghe nó cất tiếng vô giọng. Sáu-đờn-kìm một phần hứng chí một phần vì biết chúng tôi chăm chú thưởng thức nên trổ hết tài, sợi gân cổ của nó căn lên như kép Hữu Phước làm sáu câu trên sân khấu Thanh Minh Thanh Nga độ trước. Được mợi, thằng Sáu đứng dậy vừa ca vừa làm bộ tịch bắt chước Hoàng Mai và Chí Tâm:

-" *Ức oan còn hơn đem giết đi – Đời là vậy, khi cung tàn điểu tận.*

-*"Biết vậy còn than nỗi gì. Thôi lên đường đừng buồn..."*

Cả bọn cười vang. Vài ba phút yên ắng sau đó như là mọi người lắng nghe cái dư âm còn đọng lại đâu đó trong phòng, dư âm có khả năng gợi dậy quá khứ thân thương của từng người. Bỗng ông Bảy-năm-trên lên tiếng chậm rải "Thằng Sáu-đờn-kìm bậu có nhớ rõ không đó bậu? Làm gì có chuyện thằng thầy tuồng viết câu ngu ớn như vậy chớ: '*Cung tàn, điểu tận*'. Rồi ông chép miệng như nói với chình mình. "*Cung gảy chim hết*". Cung gảy chim còn, chứ sao hết được. Vô lý quá. Ông ta ngó ngay tôi. "Phải nói điểu tận cung tàn." Hết chim bẻ gảy cung. Người ta dùng tích nầy để nói sự vắt chanh bỏ vỏ.. Tui nói có phải hông ông thầy giáo? Nói như vậy mới lọt lổ tai.."

Tôi gật đầu phụ họa, trả lời không cần suy nghĩ:

-Phải. Mà bác Bảy chữ nghĩa đầy bụng nói làm sao trật được.

Thằng Sáu-đờn-kìm bỗng xì nẹt ngang:

-Thôi mấy ông ơi! *Cung tàn điểu tận* hay điểu tàn cung tận gì cũng "*mêm xối*" mà thôi. Nói chuyện năm trên hoài. Bắt lỗi với bắt phải!

Tôi can thằng Sáu, không cho nó đi quá lố:

- Nín đi Sáu, hông có chuyện gì mà phải nổi máu Trương Phi. Bác Bảy nói là nói thằng- thầy -tuồng, chớ có nói mầy đâu! Mầy ca như vậy là số dách rồi."

Tôi giảng hòa bằng cách rót cho nó một chén trà đưa tới tận tay.

Ông Bảy-Năm-Trên có vẻ không thèm chấp nhứt thằng Sáu, cất giọng kể chuyện năm trên:

-Tui có một chuyện điểu tận cung tàn tân thời hay lắm. Ở xóm Cổ Cò chỗ tui có vợ chồng Hai Điền. Tụi nó già cở tui nè, ở đó lâu rồi. Có một thằng con tập kết ra Bắc hồi nẳm. Vì vậy hồi trước tụi nó chứa chấp "*tụi nầy*". Bác nháy mắt chỉ ra ngoài cửa rồi đưa tay ra dấu trên đầu cầm cái nón cối.

Thằng Sáu-đờn-kìm chưa hết giận, vẫn còn nói hỗn:

- Việt cộng thì nói Việt cộng mẹ nó cho rồi. "*Tụi nó*", "*tụi nầy*", ai mà hiểu.

Tôi chận nó:

- Sao mầy hiểu? Bộ chỉ có mầy hiểu thôi sao. Hổng phải chỉ có Việt Cộng thôi đâu. Mà còn có cả bộ đội nữa.

Ông Bảy tiếp:

- Vợ chồng Hai Điền có một cái nhà lớn xộn. Ngay dưới gầm giường của nó có đào một cái hầm bí mật để chứa mấy chả. Có bữa bên phe Quốc Gia mình đóng trong sân nhà nó. Một vài anh em binh sĩ lân la vô uống nước trong nhà, nó thấp tha, thấp thỏm như gà mắc đẻ. Sợ lộ thì chết đòn. Nuôi mấy chả, tối tối nó phải thòng cơm, thòng canh xuống cho tụi nó. Hông thui tụi nó chết đói mắc dịch còn gì.

Sau nầy có lúc vui miệng Hai Điền thố lộ với tui: "Lúc trước mình thòng cơm, "thòng canh" nuôi họ là để chờ ngày "thành công". Bây giờ mình cũng mong được dịp thòng canh để chờ ngày thành công khác."

Tôi hỏi cho rõ:

-Sao lạ vậy bác Bảy?

-Thì có gì đâu? Anh ta được hứa hẹn cái con mẹ gì đó ai mà biết được. Có điều là sau bảy lăm, cũng hí hửng một thời. Giờ hỏng có gì hết. Trớt quớt vẫn huờn trớt quớt. Mà quyền tư hữu của tổ tiên để lại còn bị va chạm nên bất mãn. Ừ, để coi, thằng con ra ngoài đó giở tánh Nam Kỳ ra, chửi vung tàn xích chó. Tụi nó tước hết quân hàm, lột luôn đảng tịch, cho phục viên, trở về với thân tàn ma dại. Ruộng của thằng cha, tên chủ tịch xã tước hơn phân nữa chia tứ chia tam. Cái nhà kho trước đây của chã, xã mượn để làm trạm gì gì đó rồi không bao giờ huờn lại. Hỏi hỏng tức ói máu sao được?

Hai Điền nhiều khi nhậu ba ngù nói nho nhỏ với tui "Bây giờ hết tụi Ngụy rồi nên tụi nó làm phách chó tụi nó chứ. Hồi đó thằng Chủ Tịch Xã năn nỉ tui thiếu điều lạy. Nói ra thì Ba-ba, con-con, bây giờ trở giọng anh-tui. Còn xử ép mình nữa. Thật là "cung tàn điểu tận".

Anh em biết sao không? Lúc đó tui đâu thèm để ý tới ba cái lẻ tẻ dốt mà hay nói chữ của nó. Tôi chửi thầm: "Đáng kiếp, chỉ có mấy thằng ngu như mầy mới làm cho hùm thêm vây, bây giờ hùm sắp quay lại cắn cổ thì mới tỉnh ngộ. Có dịp thòng canh tụi tao cũng hỏng để cho mầy thòng canh đâu. Mầy chỉ có thể kiếm củi, nấu nước rửa rau là cùng. Thứ đồ đổi thay lập trường vì quyền lợi! Làm sao tụi tao tin nổi tụi bây?

Bác Bảy Năm trên kể tới đây bỗng có tiếng gỏ cửa, cách gỏ quen thuộc.

- "Có anh Hai Bảnh đó không? Sáu Khăn Rằn muốn nói chuyện."

Chúng tôi mọi mắt đều hướng về Hai Bảnh, anh thì thầm với tôi. Tôi lên tiếng:

-“Trại trưởng chỉ định nó công tác thu hoạch mì ngoài vườn hồi chiều tới giờ chưa thấy về. Chắc là đêm nay họ ở lại ngoài láng…”

Có tiếng đàn bà giọng mũi:

-“Vậy sao? Thôi mấy bác làm ơn nói với anh Hai là em có đến từ giã ảnh nghe! Em phải đi gấp không thể ra vườn từ giã ảnh được.”

Tiếng bước chân xa dần.

Hai Bảnh lên tiếng:

-“Nó bị đổi đi vì chuyện lùm xùm lề xề gì đó về tiền nong chợ búa. Chuyện nầy tui biết trước từ hôm qua lận. Nghe nói đâu nó bị đổi qua làm việc bên ban chấp-pháp. Qua đó làm thơ ký thường chắc là bơ mỏ. Ăn bớt ăn xớt gì được nữa! Mà mình còn nhờ cậy gì nó được nữa đâu, từ giả từ thiệt chi cho mất công mất linh. Nó thấy mình sao đó mới tử tế chớ bộ. Thương yêu gì! Đâu phải ai mượn nó cũng chịu mua giùm đâu. Thôi “hết xôi rồi việc, chân không thấy về.”

Tôi chọc:

“Thì nói tại mình bảnh cái cho rồi, còn làm bộ ởm ờ, chín hấu mại hơi. Tui coi ông cũng bảnh thiệt tình. Đàn bà con gái đeo như đỉa, phủi không hết!”

Lúc ấy thằng Sáu-đờn-kìm mới vui vui lên tiếng:

“Anh Hai Bảnh coi vậy mà bảnh tỏn quá ta, dám chơi trò “cung tàn, điểu tận” ý quên, nó ngó ngay Bác Bảy Năm-trên, sửa lại, chơi trò “điểu tận, cung tàn” với người đẹp. Phải tui ha…. tui tới luôn bác tài. Cùi đâu sợ lỡ. Khoái được chút nào cứ khoái. Coi như là trả thù.”

Hai Bảnh cướp lời: “Nó hôi như cú mèo chớ có nước mẹ gì đâu. Đâu phải chim anh vũ đâu mà ham mậy!”

Cả trại cười như nức nẻ, quên hết cảnh cá chậu chim lồng.

Ngoài kia thiệt là êm vắng. Tiếng con tắc kè kêu từng tiếng tắc kè, tắc kè.. Hình như năm nay nữa là năm thứ hai vợ con tôi ăn Tết không có người chủ gia đình.

NGUYỄN VĂN SÂM

HUỲNH LIỄU NGẠN
NGÀN DÂU

Theo chiều vàng nắng bên sân
nhìn em tàn lá cây mân đỏ nhòe
hai tay anh đưa lên che
rụng em trái chín ươm hòe đôi vai

hồn anh nghe gió thở dài
miên man lên tóc làm phai phớt màu
trăng rằm nhỏ xuống ngực sâu
vòng lên cánh áo tơ nâu bên cồn

tiếc đời còn đọng môi son
em như cánh bướm xoay mòn trần ai
đêm dài thở bóng liêu trai
long lanh từng giọt tầm mai khuất chìm

lỡ làng một ánh trăng im
soi lên đôi mắt cho tim héo gầy
cầu vồng bảy sắc tung bay
làm tan vỡ hết hàng cây che đầu

không chờ không đợi gì đâu
chỉ thương mái tóc bạc màu thời gian
nên anh cứ thấy ngỡ ngàng
xa như dòng suối rộn ràng khó quên

tiếng lòng gởi gió bay lên
để trăm năm nhớ nhung tên một người
tình anh bong bóng vỡ rồi
vỡ theo bọt sóng chìm khơi giữa dòng

sầu em rụng xuống mênh mông
hòa cùng nhịp đập hư không lên trời

đường mây chưa ước hẹn lời
cho anh gởi gắm xa xôi những gì

nhớ hoài bữa đó em đi
áo bay trắng cả sầu bi võ vàng
thôi đừng đem gió mưa sang
đừng mang bão tố băng ngang ngõ vào

bởi vì hoa nở trên cao
vẫn chờ em để xôn xao giọt sầu
bởi vì lỡ một nhịp cầu
mà con nước lại đổi màu quan san

chỉ là giấc mộng dỡ dang
rơi trên nhánh cỏ mơ mang nỗi lòng
chỉ là bến bắc bờ đông
nên em phải giấu long đong mới về

từng ngày nắng dạt ngoài khê
cứ vơi theo những trầm mê trong đời
chiều rồi chim lẻ bạn đôi
khói lam đầu ngõ dần trôi phương nào

trăng lên đã mấy ngọn sào
em còn nhìn ngắm trời sao làm gì
khuya nay dòng nước thầm thì
đầu hôm cuối bãi sá chi một lời

mai này hẹn với mù khơi
cho em bẻ lá về phơi lại tình
lá khô rụng xuống mái đình
thế mà mới đó ta mình ngàn dâu.

HUỲNH LIỄU NGẠN
14.10.2025

Truyện ký

NGUYỄN ĐÌNH TỪ LAM

Hoanh, tôi và Thiền, cùng Đà Lạt

Hoanh và tôi

Bạn Huỳnh Văn Hoanh và tôi, thuở ấy thụ huấn ở cùng một quân trường, vì hai đứa trùng tên gọi nên được xếp chung một tiểu đội thuộc tiểu đoàn 2 SVSQ (Sinh viên sĩ quan). Anh người cao ráo, mắt to, nói tiếng Sàigòn Nam bộ. Bạn bè sinh viên người Nam thường vui tính xuề xòa dễ gần gủi…Trái lại, anh thường sống nội tâm, tính tình điềm đạm, ít nói; cho nên, trước nay anh và tôi dù ở gần bên cạnh nhưng thường hiếm khi chuyện trò trao đổi. Sở dĩ tôi viết hơi dài dòng về anh, bởi vì anh và tôi có vài ba kỷ niệm như sau:

Số là có lần tôi bị đau bệnh phải nằm điều trị tại bệnh xá của trường. Đến bữa cơm, tôi thường nhờ người bạn sinh viên trực phạn xá đem đến, tôi ráng ăn, nhưng khi cơm vào bụng, lập tức tôi nôn mửa ra hết sạch. Dần dà sức khỏe gần như kiệt quệ, cơn sốt cứ hoành hành dữ dội, mặc dầu được uống thuốc bệnh đầy đủ. Tôi cứ nằm bẹp trên cái giường sắt quân đội, nằm nghe các bạn đồng khóa rầm rập đi học quân sự bên Võ Bị, đi sinh hoạt ở đại giảng đường, đi giải trí ở văn khang hay câu lạc bộ sinh viên…, mà thấy thèm, mong sao mau khỏi bệnh. Nằm một mình, lại thầm lo lắng, bệnh tình phải nghỉ lâu, sẽ không theo kịp chương trình tập huấn của trường… Tâm trí tôi đang miên man, bổng giựt mình khi thấy bóng dạng một người đi vào, nhìn kỹ thấy Huỳnh văn Hoanh.

Giữa lúc nầy có người bạn đến, tôi rất là mừng. Hoanh ngồi xuống ở dưới đuôi giường tôi đang nằm, ngó tôi, bạn tròn mắt ngạc nhiên hỏi:

-Mầy đau bệnh lâu quá, trông mầy hết sức ốm yếu. Giờ bớt

-Cũng chừng đổi, chưa thấy khỏe ra. Mong mau hết bệnh, không biết bao lâu nữa.

Hoanh lại hỏi:

-Đến bữa mầy ăn cơm hay cháo, ăn được khá không?

Tôi nói:

-Ăn cơm vào, liền ói mửa ra hết sạch, ruột tao cứ cồn cào khó chịu suốt ngày đêm.

Nghe vậy, Hoanh liền gợi ý:

-Hay là mầy để tao báo nhà bếp nấu cháo loãng cho mầy. Mầy muốn cháo thịt hay cháo cá?

Tôi trả lời:

-Cháo gì cũng được.

Đang mùa quân sự, tôi phải nghỉ bệnh nhiều ngày, nên Hoanh còn giúp tôi, Hoanh nói ra để tôi yên tâm:

-Các tài liệu, cours học quân sự, đừng lo, tao lãnh cho mầy. Còn những buổi thực tập ngoài bãi bên Võ Bị chẳng khó khăn lắm, tao sẽ thuật lại để mầy có thể nắm vững.

Tôi lặng thinh, một đỗi lâu sau mới thốt lên được mấy tiếng cộc lốc:

-Mầy gắng giúp tao, nghe Hoanh!

Những ngày sau đó, khi các bạn đại đội B ăn cơm xong ở phạn xá, về lại doanh trại. Bữa nào bữa nấy, Hoanh cũng bưng đến cho tôi, khi thì tô cháo thịt bò bỏ rau hành nóng hổi, lúc thì tô cháo cá; tôi đều ăn hết sạch, không còn nôn mửa nữa. Bạn còn giúp tôi, đem mấy bộ đồ tôi mặc lâu trong những ngày nằm bệnh, bỏ cho người lính cơ hữu chuyên giặt quần áo cho sinh viên, giặt giúp.

Lúc nầy mùa hè Đà Lạt, không nóng lắm, thêm trời thường đổ cơn mưa giông buổi xế chiều; nên thời tiết thật dễ chịu. Dần dà bệnh tôi thuyên giảm rồi khỏi hẳn. Tôi lại trở về đại đội B tiếp tục thụ huấn.

Các môn thi mùa quân sự năm ấy, tôi trót lọt, qua khỏi được cửa ải.

Năm nay tôi là ông già hơn bảy mươi, tâm trí thường hay

quên, nhưng kỷ niệm với người bạn đồng khóa, Huỳnh Văn Hoanh, tôi vẫn nhớ, và không bao giờ quên ân tình của bạn đối với tôi.

Tôi và Thiền

Một hôm trực ở văn phòng tiểu đoàn SVSQ (sinh viên sĩ quan), tôi có đi theo toán nhà thầu nấu ăn cho sinh viên, ra chợ Hoà Bình mua thực phẩm. Mua xong, chờ cho họ đem đồ ra xe, tôi lên lầu hai dạo chơi một lúc, khi vừa qua khỏi một sạp bán vải có hai cô gái ở đó, tôi nghe có tiếng cười khúc khích của họ, tiếp theo là một giọng nói:

-Anh SV ấy ơi! Con bạn tôi nó để ý… đến đấy!

Tôi quay đầu nhìn lại, nghe tiếng nói cười tắt ngấm; tôi thấy ở trước một sạp bán vải có hai cô gái trẻ đứng đấy, cô nhỏ hơn tóc cột bím đuôi gà, cuối đầu e thẹn, môi thoáng nụ cười. Còn cô tóc thề lơn lớn bỏ về sạp bán quần áo đối diện. Sau một lúc chần chừ, tôi đi lại sạp vải tìm cách bắt chuyện được với Thiền.

Về sau tôi và Thiền dần dà trở nên bạn trai bạn gái của nhau.

Thế là, cứ mỗi khi có phép cuối tuần, tôi không còn thiết tha đi bát phố như trước nữa mà đến sạp vải với Thiền. Hai đứa nói chuyện nắng mưa đủ thứ, nhiều khi chẳng đâu vào đâu. Chỉ cần gặp mặt, chỉ được nghe giọng nói dịu dàng, cử chỉ ân cần của Thiền là lòng tôi vui sướng yêu đời biết bao. Còn Thiền, nàng chẳng kém gì tôi, tươi vui, nói năng luôn miệng, có những khi rảnh rỗi ở một mình, nàng hát nho nhỏ những bản tình ca đôi lứa thật mùi mẫn. Trong lúc hai đứa tôi bên nhau, ngoài những khi bận bán hàng cho khách, thời giờ còn lại nàng dành hết để nói chuyện với tôi.

Qua một thời gian gần ba tháng tôi quen với Thiền, hai đứa đã gầy nên được mối tình, một "mối tình trong như đã, mặt ngoài con e…" Thật lòng tôi, tôi biết rõ là đã yêu nàng tha thiết, với Thiền, tôi nghĩ, nàng cũng đang yêu thương tôi không kém.

Nhớ, có lần tôi ngỏ ý cùng Thiền đi dạo chơi đây đó, thăm

khắp tất cả những nơi thắng cảnh của Đà Lạt như hồ Than Thở, thác Cam Ly, thác Prenn, viếng Valley D'Amour, lên rừng Ái Ân thăm trường La San Adran, thăm núi Lâm Viên, vườn Bích Câu dinh vua Bảo Đại, nhà ga Đà Lạt, hoặc ngồi pédal l'eaux lướt mặt hồ Xuân Hương, hay chèo thuyền ngắm cảnh ở hồ Mê Linh, và đôi khi cùng nhau cưỡi ngựa rong ruổi Đồi Cù cỏ mượt… Rồi đến cuối ngày, hai đứa đi xem phim ở rạp Ngọc Lan, hay đi ăn ở tiệm phở Bằng nổi tiếng… Nghe vậy, Thiền nét mặt rạng ngời, giọng nàng hớn hở:

-Ý của anh, hầu như hợp với Thiền rồi còn chi. Được ngắm cảnh đẹp lại có anh bên cạnh, chẳng có gì thú vị hơn đâu. Như thế đó, cả hai đứa mình đi đâu em đều thấy vui cả, trừ phi đến hồ Than Thở, là Thiền phản đối anh liền liền, nghe chưa?

Tôi lấy làm ngạc nhiên, nên thắc mắc:

-Tại sao kỳ lạ vậy? Than Thở có một vẽ đẹp thật riêng tư, yên bình và thơ mộng. Rất tuyệt vời. Anh đưa em tới đó rồi em hãy rõ.

Thiền trả lời tôi, giọng chùng xuống:

-Chắc anh từng biết, nơi phong cảnh u tịch của cái hồ nầy, đã diễn ra cuộc tình oan trái của cô giáo Thảo với một ông sinh viên trường Võ Bị… Cuối cùng, họ đành đoạn chia tay và cô Thảo đau đớn quá nên đã kết thúc đời mình cũng tại nơi nầy. Em sợ lắm, đừng bao giờ đến đấy, nghe anh! Em ghét cái hồ Than Thở, nó là nỗi ám ảnh của bao cặp trai gái đang yêu nhau.

Nói xong, hai tay nàng vân vê vạt áo, vừa đưa mắt nhìn tôi, tiếp lời:

-Cầu cho chuyện chúng mình không bao giờ là như thế.

Nghe Thiền nói, tôi thấy càng thương yêu nàng khôn xiết, cũng như thấu hiểu được tấm lòng nàng, cũng yêu tôi đằm thắm chân thành đến mức nào. Và để Thiền yên tâm, tôi liền đồng tình với em:

Thiền ạ! Chúng mình sẽ không, không bao giờ lai vãng đến đó một lần nào cả.

Không lâu sau, Thiền vui vẻ trở lại, em nói với tôi:

-Nếu anh đồng ý, một ngày không xa, em sẽ đưa anh về

nhà, ra mắt với thầy mẹ, sau đó chắc chắn em sẽ được phép cùng anh đi thăm chơi đây đó.

Nghe vậy, tôi vui quá, ưng thuận liền liền:

-Anh đồng ý, đồng ý cả hai tay luôn.Vừa dứt lời, tôi đưa tay nắm chặt hai tay Thiền, nàng đứng lên áp sát người vào tôi. Hai đứa đắm chìm trong niềm tin yêu vô hạn. Và cũng từ đấy về sau, tôi và Thiền nếu có thời gian nào hở ra là đến với nhau, quấn quýt bên nhau không muốn rời.

Ngày tháng qua nhanh. Sáng nay, đến phiên đại đội B chúng tôi đi phép, tôi diện còm-lê Woát-teết dạo phố mùa hè, đi gặp người yêu như đã hẹn. Khi đến nơi, Thiền vắng bóng, chỉ thấy một người đàn bà Bắc Kỳ lớn tuổi mà tôi đoán là mẹ nàng, ngồi bán hàng, bà nhìn tôi chăm chăm. Tôi đưa mắt sang sạp bán quần áo của cô bạn Thiền, cũng thấy vắng ngắt. Đứng chần chừ thêm không lâu, tôi xuống lầu, đi lơ mơ một lúc rồi trở về lại quân trường ngay. Cả mấy lần sau đi phép, tôi cứ đến tiệm vải, nhưng lại không có Thiền ở đó, chỉ thấy lúc thì mẹ, khi thì có cả thầy mẹ nàng ngồi trông coi sạp hàng.

Một lần, và cũng là lần cuối tôi đến sạp vải, may thay giáp mặt được với Nhiên là cô bạn của Thiền. Nhiên cho tôi biết: Em chỉ nghe phong phanh, Thiền phải ở nhà vì một vài chuyện gia đình. Lại có tin đồn, nó sắp sang Pháp du học nên ở nhà trau dồi thêm Pháp văn với một rề-xếp-tơ, vốn là cựu giáo sư trường Couvant Des Oiseaux Đà Lạt…

Nghe vậy, tôi chỉ biết nói lời cảm ơn cô bạn Thiền rồi từ giã. Và, từ đó chẳng ghé thăm chợ Hòa Bình thêm một lần nào nữa.

(Còn tiếp một kỳ sau)

NGUYỄN ĐÌNH TỪ LAM

TUỆ TRUNG
SÀI GÒN, EM VÀ ANH

Sài gòn của tôi là đường Duy Tân
Với mưa rất xa và nắng thật gần
Là hàng cây xanh, nhớ những ngày hò hẹn
Em chờ Anh, bồn chồn gót chân.

Sài gòn của tôi là dốc cầu Kiệu
Sáng đạp xe đi, chiều đạp xe về
Là nắng ướt mi, mưa làm môi khô héo
Em nhớ Anh, phố dài lê thê.

Sài gòn của tôi là giảng đường Văn khoa
Có những cặp kính dầy mơ làm hiền triết
Em thì làm thơ qua lệ nhoà
Sẽ đọc cho Anh nghe, ngày Anh về phép.

Sài gòn của tôi là góc bàn thư viện
Nơi những buồn phiền chìm xuống dịu êm
Dấu nụ cười trong trái tim vừa khép
Đầy nỗi nhớ Anh, nỗi nhớ ngọt mềm.

Sài gòn của tôi là ly cà phê buổi tối
Thức học bài và viết thư cho Anh
Bài Triết lý giảng về nguồn cội
Thư cho Anh, niềm mơ ước mong manh.

Sài gòn của tôi là những con hẻm nhỏ
Dắt díu nhau đi, nào thấy tận cùng
Là những khoảng trời rộng mênh mông
Anh đã cho Em trái tim và hơi thở.

Sài gòn của tôi là những người vợ trẻ
Ôm con đợi chồng bên ngọn đèn khuya
Em cũng đợi, sao chẳng thấy Anh về
Không ôm con mà ôm đôi dòng lệ.
Sài gòn của tôi là những ánh đèn màu

Nơi họ hát lên “ngày mai đi nhận xác”
Có ai biết Em đang thổn thức
Anh thì đang chua xót những niềm đau.

Sài gòn của tôi là những bản tin chiến sự
Giặc chết nhiều, ta không mất bao nhiêu
Em ngồi đếm những mối tình dang dở,
Nơi chiến trường, Anh có thấy những oan khiên?

Sài gòn của tôi là những sáng bình yên
Và những đêm khuya ầm ì đạn pháo
Nghĩ đến Anh đang dưới trời mưa bão,
Em lặng lẽ buồn như giờ giới nghiêm.

Sài gòn của tôi là ngày ba mươi tháng tư
Cơn hồng thủy xô nhào đất nước
Quê hương đau, niềm bi thương chất ngất
Em lạc mất Anh, nỗi nhớ vô bờ.

Sài gòn của tôi là những tháng ngày khắc khoải
Tức tưởi qua đời vì bị thay tên
Anh ở đâu, giữa đất trời cằn cỗi?
Em mỏi mòn đếm bước thời gian.
Sài gòn của tôi là ngày chờ đêm đợi
Sao Anh đi không một tiếng hẹn về?
Ngày mù sương và đêm vời vợi,
Em nơi này, nước mắt ngập sơn khê.

Sài gòn của tôi cuối cùng là tái ngộ,
Mẹ sáng nay bỗng rạng rỡ nụ cười.
Nắng chiều soi bóng Anh bên cửa sổ,
Em biết từ đây Anh sẽ mãi bên đời.
Đã một thời chừng như dần quên lãng
Năm mươi năm, Sài gòn mãi trong tôi
Mãi xót xa, ngỡ ngàng cơn mộng ảo,
Năm mươi năm, lãng đãng cụm mây trời.

TUỆ TRUNG - NY tháng 4 - 2025

NT LỆ THU
Chiêm Nghiệm

Khi từng sợi nắng đầu tiên xuyên qua tàng cây cổ thụ nơi Thiên Trúc cổ tự, cảm nhận từ tâm của đất trời đọng lại trên từng cánh hoa, từng phiến đá mục rêu. Nơi đây, không gian dường như ngưng đọng, cho phép tôi tan chảy vào ký ức của mặt trời cổ xưa và tiếng cười của gió. Mỗi hơi thở, mỗi nhịp đập của thiên nhiên hòa quyện đất trời bao la vô tận.

Tôi tìm về cõi mù sương giữa ngàn năm tịch lặng. Những bóng mây lặng trôi qua phế tích, tôi thả hồn mình lang thang qua dòng suối nhỏ róc rách chảy miên man không ngừng. Mỗi cánh hoa mỏng manh bung nở rồi lại nhẹ nhàng lìa cành, tâm tôi lắng lại cảm thấy sự mong manh vô thường, Tôi chợt hiểu, Rừng cây đã ngủ vùi trong một thế giới nguyên sơ, nơi từng thớ gỗ mục ruỗng, từng nhánh cây khô gầy. Tôi nằm im lìm trên thảm cỏ, ngắm nhìn những vì sao lấp lánh trên nền trời đêm, như chờ đợi một giấc mơ mong manh tái sinh, một sự tĩnh lặng len lỏi qua từng tế bào.

Thế giới cổ tích thu nhỏ này thì thầm gọi những âm thanh của tình yêu vũ trụ. Tiếng gió êm nhẹ như giai điệu sáo trúc, những chú chim thủy chung không ngừng hát khúc ca huyền thoại. Trong từng sát-na, mùa đang lặng lẽ cầm nắm mùa, thời gian cuộn xoáy không ngừng sinh diệt và tái sinh. Mỗi hơi thở là một thiền định, đưa tâm trí tôi vượt thoát khỏi những vọng tưởng cõi trần.

Mỗi bước chân đi trên con đường đá rêu phong Thiên Trúc là một ký ức ẩn chứa tôi sâu trong tiềm thức. Ở đó, tôi gặp lại một bản thể khác – một thực thể khôn cùng, nơi ranh giới giữa ảo và thực. Ánh sáng yếu ớt của đóa trăng treo lơ lửng, dường như đã gầy guộc hơn, như thể đang đợi chờ… Đợi sương tan qua khóm nắng, đợi một ánh nhìn xa xăm, đợi một dấu chân in hằn trên lớp bụi thời gian. Hay chờ đợi cơn cuồng phong dữ dội lột trần trụi từng lớp cánh hoa mỏng manh, để qua sự hủy diệt, hồi sinh lại được cất tiếng gọi mùa, một lời gọi vượt lên mọi giới hạn.

Mỗi lần đặt chân đến đây, như có một sợi dây vô hình níu giữ tâm trí tôi. Cho phép tôi khóc và cười trọn vẹn với từng vết sẹo vô hình, những vết thương của linh hồn, nơi một tình yêu nồng cháy còn in trong lồng ngực. Mọi nỗi đau, mọi niềm vui, mọi trăn trở chuyển hóa bất tận. Tâm trí tôi trôi dạt qua một không gian mơ màng, đa chiều, nơi ý niệm về sự tách biệt không còn tồn tại.

Tôi yêu nơi này, yêu cái hoang sơ giữa bầu trời đầy mê hoặc, nơi các vì sao nhấp nháy những con mắt vũ trụ đang chiêm nghiệm. Tôi yêu vẻ đẹp bí ẩn đến nao lòng, khuấy động trái tim tôi, giống như tình yêu, một sự quyến rũ không thể nắm bắt. Yêu ánh nắng mặt trời, yêu cỏ cây hoa lá, yêu vũ trụ bao la, vượt qua cả bầu trời và thiên hà. Trong vô vàn lựa chọn, tôi đã tìm thấy nơi bình yên n hất, sự tĩnh lặng, một cõi thiền vô biên, nơi tôi tìm thấy sự dung hòa giữa mình và vạn vật.

NT LỆ THU
Thiên Trúc Cổ Tự
10,05,25,00,30.

TÂM THƯỜNG ĐỊNH
NGUYÊN SIÊU TRONG CÕI TRIẾT HỌC VÀ THI CA

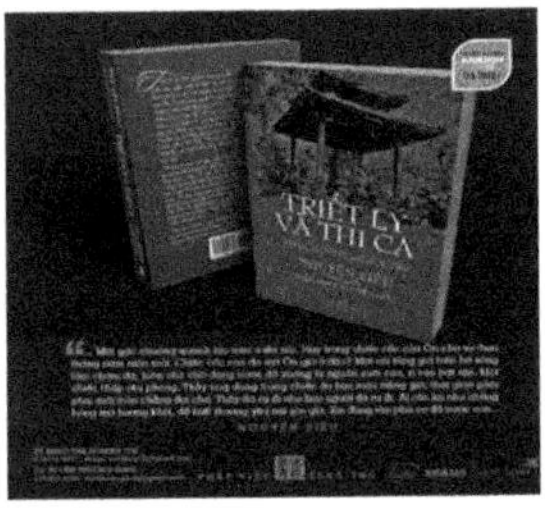

Trước khi xuất bản, chúng tôi có duyên được đọc tác phẩm mới nhất, Triết Lý và Thi Ca, của Nguyên Siêu, tức là Hòa Thượng Thích Nguyên Siêu, một vị Thầy lớn hiện tại ở Hoa Kỳ. Thầy có nhiều tác phẩm văn học nghệ thuật, trước tác và dịch thuật quan trọng như: Tư Tưởng Xã Hội Trong Kinh Điển Phật Giáo Nguyên Thủy (1994), Ưu Đàm Lướt Bão (1998), Tâm Nguyên Vô Đề (2012), v.v… có thể tìm thấy ở đây: (https://hoavouu.com/author/about/129/ht-thich-nguyen-sieu).

Nhưng có lẽ chúng tôi trân quý nhất là 3 cuốn: Tuệ Sỹ Đạo Sư, Thơ và Phương Trời Mộng, tập I (2001, 2006), Tuệ Sỹ Đạo Sư, Thơ và Phương Trời Mộng, tập II (2006, 2020) và Tuệ Sỹ Đạo Sư, Thơ và Phương Trời Mộng, tập III (2013, 2020) do Thầy biên tập. Chúng tôi còn nhớ, như là tiếng nói từ đáy lòng khi thầy Nguyên Siêu chia sẻ về Ôn Tuệ Sỹ, "Thầy đã đóng góp cho nền văn học Việt Nam những công trình khảo cứu, dịch thuật, thi văn, tư tưởng Triết học để khu vườn văn hóa Việt Nam thêm nhiều hương sắc." Cũng tương tự, Thầy Nguyên Siêu cũng đóng góp thật nhiều cho khu vườn văn hoá Phật giáo Việt Nam tại Hoa Kỳ. Cuốn sách quý, Triết Lý và Thi Ca, lại thêm một điển hình.

Thầy đã dùng ngôn ngữ như một phương tiện để chuyển tải, truyền đạt sắc thái và tinh hoa của giáo lý Phật Đà. Nhưng quan trọng nhất là cuốn sách song ngữ Việt - Anh này là một giai phẩm cần phải có trong mỗi tủ sách gia đình Việt Nam, không những nó có thể giúp ích cho chính mình và còn nhiều thế hệ mai sau.

Trước khi đi sâu vào quyển sách này, hãy tìm hiểu thêm về tựa cuốn sách. Theo từ điển mở, "Triết học là một là bộ môn nghiên cứu về những vấn đề chung và cơ bản của con người, thế giới quan và vị trí của con người trong thế giới quan, những vấn đề có kết nối với chân lý, sự tồn tại, kiến thức, giá trị, quy luật, ý thức, và ngôn ngữ." Và, Thi ca là "hình thức nghệ thuật dùng từ trong ngôn ngữ làm chất liệu, và sự chọn lọc từ cũng như tổ hợp của chúng được sắp xếp dưới hình thức lôgíc nhất định tạo nên hình ảnh hay gợi cảm âm thanh có tính thẩm mỹ cho người đọc, người nghe."

Như thế, tựa sách không thôi, chúng ta đã hiểu là tác giả đang dùng một hình thức nghệ thuật ngôn ngữ để chuyển tải những gì mình muốn chia sẻ và truyền đạt bằng sự hiểu biết, kinh nghiệm sống và hạnh nguyện của người. Mà ở đó là những triết lý mang âm hưởng Phật giáo nhằm giải quyết vấn đề nhân sinh quan và vũ trụ quan của nhân loại.

Xin hãy đọc lời dẫn của tác giả, "Triết lý như nhụy hoa mà Thi ca như ong bướm. Nhụy hoa cho hương thơm, mật ngọt để nuôi lớn bướm ong. Triết lý như mặt trời mà Thi ca như tia nắng. Tia nắng có từ mặt trời, để sưởi ấm, nuôi lớn vạn vật. Triết lý như mặt trăng, mà thi ca như ánh trăng huyền diệu làm mơ hồ, huyễn hoặc, nên thơ, mộng tưởng bao thi nhân mặc khách. Triết lý là không lời mà thi ca thì đa ngôn, mỹ ngữ để chuyển tải ý thơ mà tác giả muốn nói. Vậy Triết lý và Thi ca là hai khung trời ẩn và hiện. Có và không. Chủ thể và đối tượng. Nhưng không hẳn là vậy mà là ước lệ của thi nhân gán ghép, dệt thành những phẩm tính hư ảo, lệ ngôn. Triết lý khô như vách đá. Thi ca ướt như sương đẫm. Vách đá nhuốm hơi sương. Sương đẫm tươi vách đá, cả hai hỗ tương nhau tạo thành sức sống như năng lượng phù trầm, tương dung tương nhiếp, một mực không rời."

Ở đây, chúng ta hiểu như tinh hoa của kinh Pháp Hoa, một là tất cả và tất cả là một. Thêm vào đó tính trùng trùng duyên khởi của Đạo Phật giúp chúng ta thấy được nhân duyên của vạn pháp, Thầy cũng đã tâm sự, "Nhơn duyên nào để Triết lý gặp Thi ca mà thành chuyện tư duy, trải nghiệm suốt một chặng đường dày dạn, luân lưu của cuộc sống. Có lẽ tâm thức đã góp phần vào cái tư duy, trải nghiệm ấy để tác thành một mẫu huyễn hoặc, phù trầm của kiếp nhân sinh. Những hình ảnh đơn sơ, dung dị; những tiếng cười, tiếng khóc hãy còn lảng vảng đâu đây. Lảng vảng như là một thứ Triết lý nhạt như sương và một thứ Thi ca mềm như sữa. Sương và sữa nương nhau để hiện hữu, để sinh tồn, để có, để không như một huyễn tượng trên đỉnh núi cao, trong lòng biển sâu. Triết lý và Thi ca như một cuộc đùa giỡn của ngôn ngữ từ thời xa xưa; từ thuở măng tơ của con người có mặt trên trái đất. Từ đó, con người có đời sống Triết lý như một thực tại và Thi ca là những lời nói, sự diễn đạt qua ý vị, tâm tình muôn thủa của con người. Thi ca như tiếng khóc của em bé và Triết lý như Mẹ cho con bú. Như thị Tướng. Như thị Tánh. Như thị Thể. Như thị Dụng... Như thị Cứu Cánh Bổn Mạt. Như thị là Như thị."

À, thì ra cũng là Như Thị, vẫn cái hiện hữu đang là, as-is. Cái bất di bất dịch của vạn pháp.

Xuyên suốt Triết Lý và Thi Ca, bạn sẽ dầm mình vào các khái niệm về tính vĩnh viễn và vô thường, sự tồn tại và không tồn tại, cái có và không, cái được và mất, cũng như tướng và tánh của chân lý và giả tạm, của trần tục và giải thoát. Những điều trừu tượng này sẽ khiến bạn suy nghĩ về những điều tầm thường của cuộc sống hàng ngày, về những gì bạn đã, đang và sẽ hành động và cống hiến hàng ngày, về cách bạn có thể cải thiện bản thân của chính mình, và mọi thứ bạn đang làm sẽ gây ra hậu quả hay dẫn đến nghiệp lực như thế nào bởi vì, cũng như cuốn sách này nói, mọi thứ đều thuộc về nhân-duyên-nghiệp.

Xin lấy một đoạn của bài Trong Cõi Vô Cùng để hiểu thêm tác giả và tác phẩm, "Thế giới Hoa Nghiêm là một thế giới được diễn tả trùng trùng vô tận. Thế giới của duyên sinh. Không điểm khởi đầu. Không điểm chung cục. Thế giới được tạo thành bởi hành động, lời nói và ý nghĩ của con người gọi là nghiệp. Nghiệp là chủ nhân ông, còn thiên hình vạn trạng sự vật kia là sở thuộc. Đã là do nghiệp hình thành. Do duyên sinh giả hợp thì chẳng phải của riêng ai. Sở thuộc nơi ai. Trong lời nói đầu của sách: "Krishnamurti - Life Without A Central Point."

"In the world where everything passes by quickly,
I am the guest.
Therefore,
No attachment can tie me up.
No country can own me.
No border can confine me."
(Krishnamurti – The immortal friend – 1928)

"Krishnamurti - Đời Không Tâm Điểm."
"Giữa trần gian mọi sự chóng qua,
Tôi là khách.
Từ đó
Không vướng mắc nào ràng buộc tôi.
Không đất nước nào sở hữu tôi.
Không biên cương nào cầm giữ tôi.
(Krishnamurti - Người bạn bất tử 1928) (Trang 101)

Trong cõi vô cùng ấy, từ vật thể li ti đến vật thể to lớn. Từ thế giới văn minh đến thế giới chậm tiến. Từ vật chất đến tinh thần, đâu đâu cũng không khác. Nó luôn tồn trữ, đùm bọc trong cái túi càn khôn này. Bầu trời nào cũng có mây trắng vào mùa hạ, và mây đen mùa đông. Rừng cây nào cũng có lá vàng khi mùa thu về. Và mùa xuân hoa nở, trái đơm đâm chồi nẩy lộc. Con người sống trên trái đất này, ai cũng thở bằng hai lỗ mũi và đi bằng hai chân, nhờ ánh nắng mà lớn. Nhờ không khí mà yên vui. Quả thật đâu đâu cũng đều có một dạng thức như nhau."

Và đó cũng là tính bình đẳng và bao dung trong đạo Phật. Thêm vào đó, sự vi diệu của Bát nhã tâm kinh và con đường Trung Đạo bàng bạc trong cuốn sách này. Hãy đọc thật to, tự lắng nghe và quán chiếu lại những lời Thầy viết, ở đây cũng có thể là một sự tóm lược giáo lý Trung đạo của đấng Như Lai:

"1. Tránh xa hai cực đoan khổ hạnh và dục lạc.

2. Không thiên về hai cực đoan chấp có và chấp không.

3. Thể đạt đệ nhất nghĩa không. Vượt lên cái có và không.

4. Vạn vật do duyên sinh – Giáo pháp Duyên khởi.

5. Chứng đắc Tứ diệu đế qua giáo pháp Bát Chánh Đạo

Tiêu biểu một vài bài kệ nói về ý nghĩa giáo lý Trung Đạo:

1. Bồ tát Long Thọ, trong Luận Đại Trí Độ nói:
Nếu tất cả các pháp đều do duyên sinh
Thì tự tánh các pháp đều trống rỗng
Nếu các pháp đều chẳng phải trống rỗng
Không phải từ nhơn duyên mà có
Thì ví dụ như hình ảnh ở trong gương
Chẳng phải là cảnh, cũng chẳng phải là gương
Cũng chẳng phải người có gương
Chẳng phải tự mình, cũng chẳng phải tự người
Lời nói này cũng chẳng chấp thọ
Đây chính là Trung đạo.

2. Bồ Tát Long Thọ, cũng trong Đại Trí Độ Luận giải thích về tư tưởng Bát Nhã Kim Cang Ba la mật:

Tất cả các pháp hữu vi
Giống như mộng huyễn bào ảnh
Như sương mai, như điện chớp
Phải nhìn thấy đúng như vậy.

3. Trong Trung Luận, phẩm Quán Tứ Đế đã nói:
Tất cả các pháp đều do Duyên sinh
Nên Ta nói các pháp vốn là không
Các pháp cũng gọi là giả danh
Mà cũng gọi là Trung Đạo.

4. Lìa nhị biên – tức hai bên phân biệt:
Bồ Tát Long Thọ nói:
Không sinh cũng không diệt
Không thường cũng không đoạn
Không đến cũng không đi
Không một cũng không khác." Trang (150-151)

Từ giáo lý Trung Đạo hay tất cả những Kinh điển mà Đức Phật đã giảng dạy cho hàng đệ tử của Ngài nhằm giúp chúng ta học tập tu, hành trì và áp dụng để vượt thoát khổ đau, phiền não để chứng đắc, nhận thấy Chân Tâm, Bản Lai Diện Mục hay Phật tánh đang hiện hữu trong mình.

Nói cho cùng, Triết học và Thi ca gắn kết chặt chẽ với nhau trong suốt quyển sách này, cho thấy làm thế nào mà từ ngữ chỉ có thể nói lên rất nhiều điều, đồng thời đặt câu hỏi về những khái niệm sâu xa như sự không chắc chắn về sự tồn tại của chúng ta, những triết lý cao xa nhưng gần gũi của giáo lý của Đấng giác ngộ. Và gần hơn là sự trân trọng những điều của thiên nhiên, tình yêu thương mẫu tử, những lời dạy của những bậc Thầy và nhiều điều khác mà đôi khi chúng ta có thể bỏ qua khi vướng vào những phiền toái hàng ngày, là những điều bạn sẽ trân trọng khi đọc cuốn sách sâu sắc và cảm động này.

Chúng tôi xin trân trọng giới thiệu cuốn sách song ngữ Triết Lý và Thi Ca (Philosophy and Poetry), một tác phẩm quý của Hòa thượng Thích Nguyên Siêu, như là một món quà vô giá đã cộng đồng Phật tử tại hải ngoại và cho những ai quan tâm đến thế hệ kế thừa.

Cầu chúc tất cả được an lành và thanh thản.

TÂM THƯỜNG ĐINH

TIỂU LỤC THẦN PHONG
TUỒNG ĐỜI

Giấu mình một cõi rong chơi
Ỡm ờ văn tự lựa lời dối gian
Phỉnh phờ người những đa mang
Lập lờ thương lấy nhì nhằng trả vay

Cố tâm bôi vẽ mặt mày
Mới hay con rối múa may dở chừng
Cơn cuồng sướng tửng từng tưng
Rồi ra giọt lệ rưng rưng lỡ lầm

Nuông chìu thân
                    dối gạt tâm
Dở chừng thụ hưởng âm thầm phụ nhau
Tuồng đời nhiều lớp lật mau
Nhạt nhòa ảnh tượng lên màu rong rêu

Trôi theo con nước phập phều

Tiểu Lục Thần Phong
Ất Lăng thành, 0725

TIỂU LỤC THẦN PHONG
CHỚM THU

Sơ đầu đẫm lá xanh cây
Khí lành lạnh ngấm
màu mây ngút ngàn
Nào hay trong ấy ẩn tàng
Một mai đến hẹn sắc vàng lại lên

Nỗi niềm chất chứa không tên
Gấm hoa rực rỡ mông mênh tình đời
Ùn lên bát ngát đất trời
Vàng gieo vô tận xướng lời thiết tha

Người đi cách nước non nhà
Người về xứ sở biết là về đâu?
Người từ biển biệt bao lâu
Người tương tư giữa sắc màu vô ngôn

Biếc xanh lăng lắc tâm hồn
Vàng hoe nhan sắc đổ dồn một phương
Từ khi lạc giữa cung đường
Mấy mùa em hỡi như dường chưa qua

Tiểu Lục Thần Phong
Ất Lăng thành, 0925

TIỂU LỤC THẦN PHONG
HÀNH TRÌNH CỦA GIỌT NƯỚC
HÓA THÂN

Đang bay lơ lửng trogn không trung, vô tình gặp luồng khí lạnh từ Bắc Cực thổi về làm cho hơi nước từ giọt Xíu ngưng tụ lại và hóa thành bông tuyết trắng tinh khôi, đẹp vô cùng. Những anh em của Xíu cùng hóa ra bông tuyết hết ráo, từng đám bông tuyết bám vào khung cửa sổ của chiếc máy bay Boeing 777 bay ngang qua. Giọt Xíu giờ là bông tuyết trông đẹp và dễ thương làm sao. Xíu nghiêng nghiêng mắt nhìn vào bên trong và đụng phải ánh mắt tò mò đang nhìn ra ngoài. Xíu nghe lời thì thầm từ đôi mắt ấy:

- Trời! Sao vi diệu thế này! Bông tuyết tí xíu dính vào cửa sổ trong khi máy bay bay với vận tốc gần 650 dặm một giờ thế mà không rơi. Giọt Xíu khoác chiếc áo choàng trắng tinh nhoẻn miệng cười, nét mặt rạng rỡ tự hào:

- Ta cũng vi diệu lắm đấy chứ! Tại người không biết đấy thôi!

Xíu nói với đôi mắt ấy với chút tự hào về bản thân, không biết đôi mắt của con người kia có nghe được lời của Xíu hay không, trong khi ấy thì Xíu lại nghe rõ mồm một những gì con người nói. Xíu thấy đôi mắt kia mở to đầy ngạc nhiên, miệng thốt lên lời:

- Em ơi nhìn kìa! Mây trắng trùng trùng mênh mông đến vô tận xứ. Mây trắng bay lang thang khắp vũ trụ không một chút phiền muộn, ung dung tự tại, tự do tuyệt đối. Nó chẳng một chút dính mắc.

Không nghe tiếng trả lời, Xíu khe khẽ thầm thì với đôi mắt ấy:

- Người không biết đấy thôi, không chỉ mây trắng. Tớ đây cũng ngao du khắp mười phương trong trời đất, chẳng có chi ngăn ngại được tớ. Trong mây trắng cũng có tớ và vô số anh em họ hàng của tớ. Bọn tớ còn vi diệu hơn cả mây trắng. Bọn tớ có thể hóa thân từ nước thành hơi, có thể biến ra bông tuyết, lại có thể hóa thành băng giá hoặc đá lạnh cứng như đá. Bọn tớ từ hơi ngưng tụ thành giọt rồi mưa xuống dưới đất kia chảy dài theo sông suối, tích tụ trong ao hồ hoặc về với đại dương bao la. Rồi từ những mặt nước ấy bọn tớ lại bốc hơi bay lên với mây trắng trời xanh, cả một cái vòng tuần hoàn quay bất tận, bất chấp tháng năm kiếp số, chẳng kể bọn người của các cậu có hay không có trên thế gian này.

Xíu nói chưa dứt lời thì chiếc Boeing bay ngang qua dãy tuyết sơn trùng trùng điệp điệp. Đôi mắt của con người kia nhìn xuống dưới với vẻ sửng sờ mê mẩn tâm thần. Người chủ của đôi mắt ấy thốt lên:

- Thật hùng vĩ biết bao! Những rặng tuyết sơn kéo dài ngút tầm mắt, máy bay bay nhanh như vậy mà cả giờ đồng hồ rồi chưa qua hết dãy tuyết sơn này.

Xíu cười khanh khách, âm thanh trong vắt thánh thót như thể gió khua động những chuông băng giá:

- Người thấy chưa? Tuyết sơn cũng chính là họ hàng anh em nhà tớ tụ hội lại mà thành. Từng giọt, từng giọt xíu xiu đã tích tụ theo tháng năm kiếp số mà ra tuyết vĩnh cửu trên những rặng tuyết sơn ấy. Tuyết sơn hùng vĩ là vậy nhưng cũng chính là Xíu, Xíu bé tí teo thế này cũng thể là tuyết sơn. Từ tuyết sơn bọn tớ lại phân thân ra vô lượng những giọt nước nhỏ róc rách chảy ra từ các mạch ngầm, rồi từ những dòng nước tí ti kai sẽ tụ thành sông suối chảy ra ao hồ, biển cả...

Đôi mắt người kia dán chặt vào ô cửa sổ của máy bay nhỏ bằng hai bàn tay, từ trong ấy vọng lời nho nhỏ:

- Ừ nhỉ, anh em họ hàng nhà giọt nước có mặt khắp mọi nơi nhưng ở các hành tinh khác như mặt trăng, sao hỏa, sao kim… chắc gì đã có mặt. Các phi hành gia và các khoa học gia đã chứng minh điều đó.

Xíu nghe thế liền nói:

- Ừ, có lẽ là vậy nhưng cũng có thể bọn người các cậu chưa tìm thấy bọn tớ ở các hành tinh khác đấy thôi!

- Các cậu vi diệu thật, rong chơi khắp mười phương, hóa

thân thật đa dạng. Tuy nhiên khi các cậu gây ngập lụt nơi này, hạn hán nơi kia cũng vi diệu sao?

Ồ, không! Người các cậu hiểu sai rồi! Bọn tớ có thể hóa thân, xuất nhập nhiều tướng trạng nhưng sự xuất hiện nơi này hay nơi kia thì phụ thuộc vào nhân duyên thời tiết và chịu sự chi phối của phước đức con người ở địa phương ấy. Bọn tớ không có khả năng thay đổi nhân duyên hay cưỡng lại cái quả tội phước của con người.

- Các cậu vi diệu như vậy nhưng không lẽ lại hùa nhau xuất hiện cùng một thời điểm để rồi gây mưa lớn lũ lụt làm hại người và vật?

- Tớ đã bảo rồi, đấy là duyên hợp tan tự nhiên, là phước phần phúc phận của con người ở địa phương ấy! Bọn tớ tuyệt nhiên chỉ mang lại sự sống cho muôn loài, còn tai họa lũ lụt hay hạn hán là do sự chiêu cảm cộng nghiệp của cả cái cộng đồng.

- Cậu là giọt Xíu trong trẻo tinh khiết đến vậy. Bọn các cậu ở đại dương, tuyết sơn cũng trinh nguyên là vậy, thế mà các cậu cũng bị nhiễm phóng xạ, nhiễm hóa chất và nhiễm bao nhiêu sự dơ bẩn khác, tại sao vậy?

- Vấn đề này phải hỏi loài người các cậu mới đúng! Chính loài người các cậu tham lam ích kỷ đã khai thác đến độ hủy diệt một cách tàn bạo môi trường tự nhiên, làm tổn hại muôn loài, làm bẩn đến anh em nhà tớ. Không chỉ họ nhà giọt nước, cả đất đai, không khí và bầu trời cũng ô nhiễm nghiêm trọng vì hoạt động kinh tế của loài người. Bọn tớ cho dù có bị nhiễm bẩn nhưng bản chất thanh tịnh vẫn không thay đổi.

Tiếng máy bay rì rầm, nó bay giữa một biển mây trắng, bên trên xanh thăm thẳm vô cùng vô tận, bên dưới từng lớp mây nhởn nhơ như vô số cuộn bông gòn ai bỏ quên. Máy bay chui qua những đám mây trắng như con trẻ chơi trò trốn tìm cút bắt. Dưới nữa thì mặt đất cũng bao la ngút ngát. Đường chân trời nằm ngang tầm mắt, người chủ của đôi mắt bên trong máy bay đưa tay toan chạm vào đường chân trời nhưng chỉ chạm được vào lớp nhựa trong suốt của cửa sổ. Đôi mắt ấy thoáng một tí ngỡ ngàng dường như có chút tỉnh mộng:

- Đường chân trời, những giấc mơ cứ ngỡ trong tầm với

nhưng vĩnh viễn không bao giờ chạm tới được! Nhiều khi thế mà lại hay, một khi đã chạm được thì liệu đường chân trời và những giấc mơ có còn ước mơ để chạm?

Chiếc Boeing chợt giằng xóc dữ dội, rung lắc, trồi lên hụp xuống, lại có khoảnh khắc rơi tự do trong mấy trăm yard… Bên trong máy bay loa phát thanh kêu gọi mọi người buộc dây an toàn và ngồi yên tại chỗ vì máy bay lọt vào vùng nhiễu động không khí.

Đôi mắt có chút âu lo sợ sệt, người chủ đôi mắt ấy suy nghĩ miên man liên tưởng đến những tai nạn hàng không, một nỗi sợ mơ hồ dâng lên. Tâm tư của anh ấy vẫn thường có ý nghĩ về những sự hóa thân giữa không trung đẹp biết bao, tuy nhiên chủ nhân của đôi mắt ấy không dám nói ra vì nhẫn tâm quá. Sinh mạng bao con người trong chiếc máy bay đâu thể xem như pháo hoa được!

Những phút nhiễu động rồi cũng qua đi, những phút ấy như thể dài cả thế kỷ, sự lo lắng sợ sệt hiện rõ trên từng gương mặt. Máy bay vẫn rì rầm trên đường bay, đôi mắt nhìn ra ngoài nhưng không thấy có vật chi để định lượng nên ngỡ như máy bay đứng yên. Nhìn xuống sơn hà đại địa mênh mông không sao tưởng nổi: Núi non, đồng cỏ, rừng rú, sông hồ, đại dương … trải rộng không ngằn mé, chẳng thấy đâu là giới tuyến hay biên giới như trên những tấm bản đồ. Những giới tuyến vô hình ấy là do đồng loại của đôi mắt kia vẽ ra. Chính con người đã chia chẻ, phân cách để rồi đánh nhau, tru diệt nhau để giành lấy mảnh đất ấy và hoang tưởng cho là của mình mà nào phải của mình. Bọn người phân chia lập ra biên giới, ranh giới, giới tuyến rồi tuyên bố: "đất của tao, cấm bọn mày xâm phạm, cấm tụi bay vượt qua lằn ranh". Chao ơi tham lam và ngu si, làm gì có đất này của mày, đất kia của tao! Làm gì có chuyện vạn tuế, muôn năm, sống mãi, đời đời..! Tất cả chỉ là cộng trú, tạm trú một thời gian nào đó mà thôi! Đất đai mênh mông làm gì có ranh giới, con người chỉ túm tụm co cụm ở những thành thị xóm làng làm sao thấy được sự mênh mông bao la của sơn hà đại địa, ấy vậy mà con người chỉ vì tấc đất lại có thể đoạn tình, tru diệt, truy sát.

Đôi mắt người kia còn suy tư thì tiếng cô tiếp viên mời

nước làm cắt ngang dòng. Người chủ đôi mắt ấy nhận lấy ly nước tinh khiết và không quên cảm ơn. Họ cảm ơn vì họ là con người, cảm ơn tất cả những trợ giúp của đồng loại dù là lớn hay nhỏ, cảm ơn cả núi rừng kia, bầu trời nọ, đám mây này. Cảm ơn tất cả những hóa thân hiển hình của Xíu và anh em nhà Xíu. Đôi mắt lại lần nữa nhìn ra bên ngoài nhưng lần này không thấy bông tuyết bé xíu kia đâu nữa, có lẽ nó bị rơi khi gặp vùng nhiễu động khí quyển, cũng có thể nó lại hóa thành hơi hòa vào không khí, cũng có thể nó ở trong đám mây trắng kia. Máy bay bay qua đại dương xanh thẳm không thấy bến bờ. Đôi mắt nhìn xuống thấy vô lượng những giọt nước đang tung tăng vùng vẫy trong bể cả. Phải chăng giọt kia là Xíu? Ơ, không phải, ấy là giọt Cả. Thế còn giọt kia là giọt Út, giọt Điệu, giọt Xinh? Đôi mắt cố nhìn để tìm xem đâu là giọt Xíu nhưng chẳng tài nào phân biệt được, giọt nào cũng có thể là giọt Xíu mà giọt Xíu cũng có thể là chính anh em của mình. Tất cả đều cùng có đặc tính là những giọt mát trong tinh khiết, giọt lành, giọt đầu, giọt cuối… Bất ngờ đôi mắt ngộ ra và khe khẽ nói:

- Ừ thì giọt nào cũng là giọt Xíu mà giọt Xíu cũng là tất cả những giọt kia.

TIỂU LỤC THẦN PHONG
Vancouver, 0724

TRẦN QUÝ TRUNG

KỶ NIỆM NGÀY TAO NGỘ

Tôi đến nhà em một buổi chiều
Nhà em đường vắng ,phố đìu hiu
Bấm chuông,gõ cửa,em đành mở
Mở rồi lại đóng, dạ đăm chiêu

Phút giây bỡ ngỡ, miệng mỉm cười
Tóc bạc, môi trần dáng thăm tươi
Dịu dàng nói nhỏ câu tao ngộ
Thâm tạ ơn Trời lệ đầy vơi

Bước đi chập chững găp bạn xưa (1)
Dựa trên ghế nhỏ tôi mừng rỡ
Vội nắm bàn tay, lòng mở hội
Tay còn ấm áp,chẳng muốn rời

Em đưa nước ngọt,tôi dùng thử
Vị chuối thơm ngon, nhớ suốt đời
Tim ai thổn thức trong chiều tím
Bốn mắt nhìn nhau quán một thời

Tôi muốn ngồi yên hưởng phút giây
Nhưng đành tạm biệt bước ra ngoài
Hẹn ngày găp lại không xa lắm
Sẽ nói nhiều hơn nỗi u hoài

TRẦN QUÝ TRUNG

July 25,2024 11:30 PM

(1) Người viết và vai nữ trong bài thơ là ban học thời trung học 70 năm trước

QUYÊN DI
EM CHẲNG CÔ ĐƠN, NGUYỄN THỊ SÀI GÒN

Em đổ bệnh, em nằm dài lạnh lẽo
Tưởng chừng như ai cũng vội quay lưng
Em còn đâu những ngày tháng tưng bừng
Đầy sắc thắm và vui cười hớn hở.

Nguyễn Thị Sài Gòn, khó khăn từng hơi thở
Nguyễn Thị Sài Gòn, cơn đau đớn toàn thân
Nguyễn Thị Sài Gòn em đang rất, rất cần
Một thông cảm, một lời cầu, nguyện ước.

Nguyễn Thị Sài Gòn, hãy dừng cơn bạc nhược
Tự định nghĩa mình, em chính là ai?
Em là người yêu của muôn triệu đời trai
Đã anh dũng đấu tranh cho Tổ Quốc.

Nguyễn Thị Sài Gòn, em dựng xây đại cuộc
Là niềm tin là nắng đẹp miền Nam
Nguyễn Thị Sài Gòn, tên em lóng lánh nạm vàng
Hòn Ngọc Viễn Đông một thời xuân sắc.

Nguyễn Thị Sài Gòn, em là cơn gió lốc
Xua tan đi bao cay đắng phận nghèo
Em là vòng tay ôm lấy những gieo neo
Của hàng triệu con người tìm về em kiếm sống.

Nguyễn Thị Sài Gòn, em là người có trái tim mở rộng
Đã xông pha giữa bão lụt miền Trung
Em là tấm chăn cho muôn kiếp lạnh lùng
Là cơm bánh, là thuốc men, chỗ ở.

Cơn dịch bệnh không chừa nơi chọn chỗ
Nghe tin nguy là em vội lên đường
Hành trang đem theo: ba lô đựng tình thương
Cứu giúp bệnh nhân, không nề hà gian khổ.
*
Nguyễn Thị Sài Gòn, em bình tâm, đừng than thở
Việc đầu tiên, hãy tự chữa cho mình
Phương thuốc diệu kỳ là chính tình thương
Đừng làm khó chính em, đừng buông lời oán trách.

Phương thuốc thứ hai, tự em bắt mạch
Để biết rằng em bệnh bởi vì đâu
Đương nhiên dịch về em cũng lo âu
Nhưng không phải cứ thấy gì làm đó

Để đẩy dịch đi, em cần biết rõ
Không am tường, sẽ đẩy dịch bùng lên.
Nguyễn Thị Sài Gòn, em nhớ đừng quên
Cũng là em nhưng có nhiều chi thể

Hãy đỡ đần nhau, lạ quen bất kể
Chia sớt cho nhau tấm bánh miếng cơm
Trong cuộc sống chung, không tính thiệt hơn
San sẻ cho nhau, nhất là những mảnh đời bất hạnh.

Nguyễn Thị Sài Gòn, em hãy nên vững mạnh
Biết bao nhiêu y sĩ đang cùng cứu chữa em
Cho dù mệt nhoài mồ hôi đổ lem nhem
Kiếm vài phút nghỉ ngơi, nằm dưới sàn bệnh viện.

Nguyễn Thị Sài Gòn ơi, em nên hãnh diện
Ngày hôm nay bao ánh mắt hướng về em

Những chuyến xe chở rau từ lục tỉnh đưa lên
Những đoàn tàu tốc hành từ miền Trung chuyển muôn tấm lòng đã tới.

Em có nghe lời Tổng Giám Mục Nguyễn Chí Linh kêu gọi
Khắp nước đổ về Sài Gòn (như trận tổng công kích tình thương)?
Cụ bà kia chẳng còn tính thiệt hơn
Có con heo 120 ký, gửi tặng em nguyên vẹn

Rồi thánh thất, chùa chiền, thánh đường, tu viện
Chuyển về em từng triệu triệu tấm lòng
Có người trẻ nào mắt sáng hồn trong
Đã chuẩn bị tìm đến em, hối hả.

Nguyễn Thị Sài Gòn, em nên thoả dạ
Cô lập em, nhưng em chẳng kêu rên
Nguyễn Thị Sài Gòn, rồi em sẽ lớn mạnh lên
Khi đã qua cơn bệnh đau thế kỷ.

Muôn triệu trái tim cùng chung ý chí
Cứu lấy em trong giờ phút lâm nguy.
Nguyễn Thị Sài Gòn, hờn tủi làm chi
Em hãy đứng lên, ơi Sài Gòn nghĩa khí

Rồi sẽ qua đi buồn đau, em nhỉ
Sức sống vươn lên, em mãi vẫn còn.
Em chẳng cô đơn, Nguyễn Thị Sài Gòn!

QUYỀN ĐI

VŨ HOÀNG THƯ
chân mây

Nắng vạm vỡ leo bám lưng trưa, *Ci sei tu*… Em ở đó… Mùa hè nào đã đi qua. Đi qua như một tích tắc đời. Connie Francis Al di là cao vút giữa ngày, gọi nắng xuống cho đầy chiều chưa tới. Khi môi mấp máy điệu hờ tháng 9. Khi màu hoàng hổ trườn trên chiếc lá thu còn sót chút lục xanh. Như môi người còn đọng thanh xuân. Như mọi điều đã đi qua rớt lại mối diên trì.

Tháng 9 nhìn mây xa, từng khoanh tròn lững trắng, lượn phớt trời xanh bao la qua bao ngàn lơ đễnh ký ức. Có những người con gái thả lửng mái tóc trong chiều, gió thổi suốt từng cơn, cuốn vài sợi nhỏ đậu vào môi má. Họ sẽ vuốt cho tóc chảy dài thành sóng gợn nối mây trôi. Từ đó có tóc mây và thương nhớ.

Nhớ ôm lấy không gian trước mặt để tưởng về một thời gian đã mất xa lâu. Nhớ có màu không nhỉ? Có thể lắm, khi hương mang sắc thanh thanh chuyển đổi qua màu tím ngát. Hương màu xúc tác cho thính giác quyện vào thị giác của Đoàn Phú Thứ trong Màu Thời Gian. Đó là vết quét quyết liệt thi sĩ gieo màu lên bố, vẽ lại Duyên trăm năm đứt đoạn / Tình một thuở còn hương.

Ngàn xưa không lạnh nữa, Tần phi
Ta lặng dâng nàng
Trời mây phảng phất nhuốm thời gian
(*Màu thời gian*, Đoàn Phú Tứ)

Không dưng giữa bài thơ hương thời gian ông Đoàn gọi tên Tần phi. Hẳn là có chủ ý, bởi chưng chuyện người xưa, mà lại trùng hợp với hoàn cảnh hôm nay, không thể không nhớ lại, để hâm nóng cõi lòng bây giờ nên Ngàn xưa không lạnh nữa. Giai thoại kể rằng ông yêu thầm kín một nàng thục nữ đoan trang con nhà danh giá chốn Hà thành. Chẳng may nàng bạc mệnh ra đi rất sớm lúc tuổi mới thanh xuân. Thi sĩ muốn gặp mặt lần cuối nhưng nàng không khứng chịu vì đã quá tiều tụy và chỉ muốn giữ mãi hình ảnh xinh đẹp ngày nào trong lòng nhà thơ. Vì vậy Đoàn Phú Thứ ẩn dụ tích xưa của Lý phu nhân, lúc gần mất, không cho vua Hán Võ Đế gặp, sợ trông thấy nét mặt đau yếu của mình vua sẽ hết yêu. Tần phi, có lẽ nhà thơ đặt tên vì lý do đó.(1)

Đoàn Phú Tứ gọi Tần phi vì nhớ chuyện xưa ra chuyện mình, Hàn Dũ thấy mây bay qua ngọn Tần Lĩnh liền khắc nhớ nhà, *Mây ngang Tần Lĩnh, nhà đâu tá?*

Có liên hệ gì chăng giữa mây bay và nhớ nhung? Khi giấc mộng không trở thành hiện thực, khi bị vây hãm trong tù túng địa lý hay tinh thần, người ngước nhìn đám mây bay và gửi gấm tâm tư. Mây thành hình trạng của tự do, bay bổng không ràng buộc, như ý muốn, như phương tiện thay người hoàn thành ước nguyện.

Mây bay ngang có khi dẫn mưa, có khi chỉ làm nền gợi hứng cho thi sĩ mơ mòng. Mây mưa dấy động những ân tình dấu kín, những thời khắc đam mê lãng mạn riêng tư. Bởi thế vua Sở Tương Vương mới ngủ dưới chân núi Vu Sơn say vùi mộng mị cùng thần nữ. Mờ ảo và tan biến phôi pha như mây trời.

Mây có tự bao giờ? Theo truyền thuyết, Zeus, vua của muôn loài trong thần thoại Hy Lạp, đã tạo ra Nephele từ một đám mây. Mây vốn vô dạng, một làn khói lớn nổi trôi mượn gió tạo hình, dạng thể lấy hứng khởi từ mông lung và bất chợt. Thế nhưng thấy vậy mà chẳng phải vậy. Thay đổi là nguyên khởi của mọi sự. Vì vậy có lúc mây là áo trắng, một lát sau mây thành hình chó xanh, cho người ngâm nga thơ Đỗ Phủ,

> *"Trên trời mây nổi như áo trắng, phút chốc biến thành chó xanh"*
>
> (Thiên thượng phù vân như bạch y, Tu tư hốt biến vi thương cẩu).

Bức tranh vân cẩu vì thế là tấm hình nhiếp ảnh, thu tóm hiện thời, một đương thì hoan hỉ, lật tấm ảnh sang trang liền thấy bi thương thay đổi chẳng vừa ý. Trở lại thần Zeus, là một người yêu vợ, Hera, rất đỗi nên ổng nắn mây, vẽ gió cho nường Nephele mang hình dáng của vợ mình. Mới nghe ta cứ tưởng vì yêu vợ thắm thiết nên ở đâu cũng có em, thật ra có chủ ý tất. *Lò cừ nung nấu sự đời là vậy, Bức tranh vân cẩu vẽ người tang thương* (2) chẳng phải là chuyện vô cớ không đâu. Số là có một ông vua tên Ixion ngày đêm thầm yêu trộm nhớ hoàng hậu Hera, hơn cả ông Bùi mơ tưởng Kim Cương. Zeus là chúa tể trần gian nên chuyện gì cũng biết, ổng liền tương kế tựu kế phong chức Nephele thành Thần Mây, hư ảo và cám dỗ để quyến rủ vua Ixion. Ixion sa bẫy, giao cấu với đám mây (Nephele) sinh ra Centauros, một loài nhân mã đầu người thân ngựa. Một kết cấu giữa đam mê và cái ác. Vua chúa ngày xưa đều mượn tính vô thường bất chợt của mây để toan tính mây mưa và tính toan những âm mưu tình ái.

Thế rồi tự muôn thuở, mây vẫn bay bổng và vô định. Dù nàng Nephele không mời gọi, Vu sơn thần nữ chẳng trông chờ. Chỉ có con người mời gọi giấc mơ và trông chờ yêu dấu. Có khi điều không trông đợi lại đến, mang biết bao thú vị. Như em bất ngờ đến một ngày trong mưa xưa, như em vẽ lên một trời mênh mông mộng mị khôn hàn. Như em để lại, hay không trở lại, cho *người ngồi trên bến nhớ mênh mông…*(3) Nhớ mênh mông, bởi cuộc chờ quá lớn? Hay hướng đợi về một cõi miền bất tận ta đã ôm tự thuở ban đầu? De mi quando…(4) Nói cho tôi biết... Đến bao giờ mới nắm được cái mênh mông? Mênh mông là những lúc chiều xuống thấy ráng đỏ, ráng vàng ở cuối chân trời, chạnh lòng nhớ nghĩ về phía bên ấy đất trời ra sao, người bên ấy đã như thế nào? Hay không còn ai? Người xưa bảo cuối chân mây là nhà, là chốn ở mẹ cha, như ông Địch Nhơn Kiệt đời Đường một hôm lên núi nhìn đám mây đơn lẻ bay qua, bảo cùng đám tùy tùng rằng "nhà cha mẹ ta ở dưới đám mây đó" rồi bùi ngùi đợi đám mây bay khuất mới chịu về.

Mùa thu kháng chiến thế kỷ trước, biết bao chàng trai tráng bỏ dở ước vọng tương lai để lên đường theo tiếng gọi quê hương, giải phóng giang sơn khỏi ách ngoại bang. Mộng đời dang dở, chí nguyện chưa thành, những chiều dừng quân không khỏi chạnh lòng,

Tôi nhớ xứ Đoài mây trắng lắm
Em có bao giờ em nhớ thương?
(Mắt người Sơn Tây, Quang Dũng)

Đẹp và lãng mạn biết bao để rồi nhà thơ Quang Dũng bị dập vùi, kết án vì vẫn còn mang "tư tưởng tiểu tư sản"! Thật vô nghĩa khi cái ác và vô cảm luôn hiện diện trong mọi thời đại, khi người ta nhân danh đạo đức, đất nước và mọi danh xưng cao quý nhất để chôn vùi đạo đức, để đưa đất nước đến chỗ lầm than. Có phải mây là khói? Khói cuộn xuống xây thành. Có thành trì và tan biến như dã tràng xe cát. *Vào thu khói biếc đã xây thành* (Quang Dũng).

Tôi ngồi lại bên chiều khi ngày vừa xuống, đắm mình trong ráng chiều rực rỡ ngoài kia. Bây giờ, nắng vàng ánh áo hoàng gia đang rung từng thớ sắc cho quang phổ ngập xuống không gian, cùng màu đỏ tía chen đua như ngời sáng bình minh những ban mai không hẹn. Và xanh thẩm một trời cao của thu tiết, âm rền từng điệu nhớ. Trong thanh hợp của lặng yên, màu nắng đỏ rực diệm sơn hôn phối cùng xanh cerulean da ngời thiên giới cho tim tím khoác áo chân ngày tìm về nhân gian. Người thả hồn trong chiều ngân từng tiếng nước xa xôi bời bời thơ ấu. Bất giác Lệ Thu ngân dài một khúc sầu lệ chảy cho mùa thu kéo về, *Chiều tím chiều nhớ thương ai...*(5) Chiều tím ấy lịm dần theo hoàng hôn. Và lâng đêm tĩnh lặng. Đẹp như câu thơ Lý Thương Ẩn, *Tịch dương vô hạn hảo.*

Tôi nhắm mắt, mường tượng phía bên kia biển Thái Bình, mũi Chân Mây Đông mờ ẩn khi chiều xuống trong những chuyến hải hành một thời chinh chiến. Tất cả đã không còn, nhưng tôi biết phía ấy, cuối chân mây là nơi chốn tôi gọi nhà...

Vũ Hoàng Thư
Tháng 9, 2025

Thi Nhân Việt Nam, Hoài Thanh – Hoài Chân
Cung Oán Ngâm Khúc, Nguyễn Gia Thiều
Người Về Bỗng Nhớ, nhạc Trịnh Công Sơn
Quando, quando, quando, nhạc Tony Renis
Chiều Tím, thơ Đinh Hùng, nhạc Đan Thọ

NGUYỄN THỊ KHÁNH MINH
ƠN QUÊ HƯƠNG

*Sơn hà cương vực đã chia**
Sao máu lệ mãi đầm đìa bao phen
Tiệt nhiên định phận…
Phận hèn
Sách trời** mưa khóc ướt nhèm sử xanh

Ơn quê hương. Một giống nòi
Từ sinh ra đã chia đôi con đường

Ơn thân cò lội. Đêm sương
Ơn tàu lá chuối rách bươm. Gió mùa

Gói xôi mẹ ủ. Nắng mưa
Thảo thơm hơi ấm gắp lùa đắng cay

Ơn từng vuông lúa ruộng gầy
Câu hò cô gái múc đầy đêm trăng

Ơn khuya mưa móc ánh rằm
Chan chan hạt lệ. Đằm đằm nước non

Ơn câu lục bát chon von
Ngọt bùi ngọn trúc. Khuya còn gió lay…

11.2020

** Trong Bình Ngô Đại Cáo, 1427, Nguyễn Trãi: Như nước Việt từ trước, vốn xưng văn-hiến đã lâu. Sơn-hà cương-vực đã chia...*
*** Trong bài thơ Nam Quốc Sơn Hà: … Tiệt nhiên định phận tại thiên thư (Vằng vặc sách trời chia xứ sở).*

NGUYỄN TRÃI

Hùng văn thiên cổ. Bình Ngô
Độc lập trời Nam ngọn cờ bất khuất
Mười năm. Nằm gai nếm mật
*Vẫy vùng nhung-y. Mở mặt với giang san**
Nghìn năm. Hạt lệ sử xanh**…

11.2020

** Câu trong Bình Ngô Đại Cáo.*
*** Nguyễn Trãi bị khép tội tru di dưới triều Lê, bởi án Lệ Chi Viên.*

HAI BÀ TRƯNG

Còn ngân sông Hát đôi bờ
Tiếng cười Trưng Nữ ngẩn ngơ giặc thù
Đôi tà áo thắm anh thư
Thành con sóng vỗ nghìn thu. Sử hồng

1996
NGUYỄN THỊ KHÁNH MINH

QUẢNG XUÂN
BIỂN VẮNG MỘT MÌNH

Rì rào nhè nhẹ rì rào
Nhạc ru nhè nhẹ
đi vào huyễn mong
Hàng hàng con sóng bềnh bồng

Trong mênh mông đó
mây lồng bóng em
Cát in dấu bước chân êm
Giỏ nghe em nói

nhưng đêm trăng tròn
Trong tôi tất cả vẫn còn
Bây chừ em đã…
tơ hồng…có vui ??

QUẢNG XUÂN
October 6th 2025

QUẢNG XUÂN

ANH SẼ

Hạ chia tay mùa vàng lên nỗi nhớ
Thu chớm về khắc khoải giọt thương rơi
Lá đổi màu cành sầu theo năm tháng
Bâng khuâng mùa mặt nước nhẹ lênh đênh

Người năm cũ có còn soi bóng nước
Chờ anh về ấm lại bóng chung đôi
Hay thuyền đã rời xa bến vắng
Để thu về mây trắng mãi lang thang

Người năm cũ có con lên đồi vắng
Nghe thông reo chim hót ở trên cành
Tìm hơi thở mong manh thời yêu dấu
Để thu về thổn thức bóng hình nhau

Anh sẽ về nối lại mùa thu xưa
Cho nóng mưa hòa chung thành hơi mát
Để sắc màu lên nước lá thu tươi
Để nụ cười rạng ngời thu năm ấy
Anh sẽ về…anh sẽ về …anh sẽ …

QUẢNG XUÂN
October 8th 2025

CẢM NHẬN THƠ

LƯƠNG THIẾU VĂN

VŨ THỤY NHUNG: MẸ, EM VÀ QUÊ HƯƠNG NỖI NHỚ TRONG TẬP THƠ "NGỒI HÁT VU VƠ"

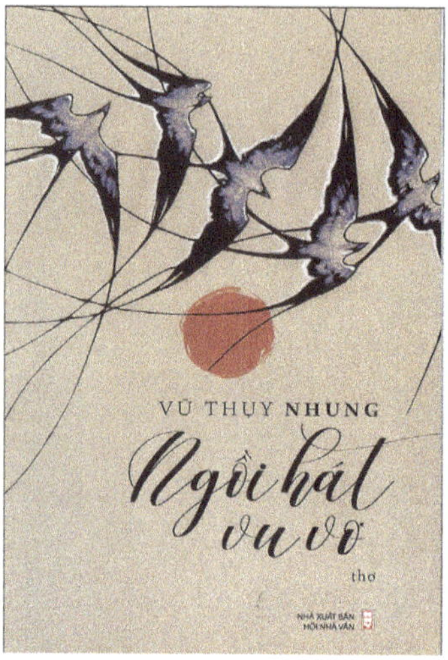

Nhà thơ Vũ Thụy Nhung gởi bản thảo tập thơ "Ngồi Hát Vu Vơ" cho tôi khá lâu nhưng tôi vẫn còn đọc để tìm hiểu cái tình của bạn sau những dòng thơ, con chữ kia ẩn chứa điều gì mà tôi chưa nắm được. Càng đọc tôi càng khám phá ra thơ anh có những cái mới, cái lạ trong sự tìm tòi cách diễn đạt nội tâm mà không phải ai cũng có được. Tôi thường ít viết cảm nhận thơ cho ai nếu cảm thấy mình chưa đủ sức hay thật sự không có cảm hứng để viết nhưng với thơ của Vũ Thụy Nhung thì khác bởi cái tình gắn bó gần gủi với nhau đã lâu thì không thể.

Vũ Thụy Nhung là bút danh của Mai Hoàng Dũng – một cái tên đẹp – nhưng không biết sao anh lại không dùng mà lấy bút danh bằng cái tên đầy nữ tính dành cho con đường thi ca của mình. Vũ Thụy Nhung sinh năm 1967 quê ở thôn Bàn An, xã Phổ Phong, huyện Đức phổ Quảng Ngãi. Anh rời quê hương hành phương Nam gần 20 năm nay. Một lần tôi hỏi anh vì sao bỏ quê vào Nam sinh sống, anh thật tình nói lúc ấy mình cùng Thanh Thảo thực hiện tờ Sông Trà làm mất lòng một số người(xuất bản duy nhất 1 số và sau đó bị thu hồi) nên phải bỏ quê mà đi. Vào Sài Gòn làm báo Giáo Dục Tp Hồ Chí Minh, sau 3 năm gắn gó rồi cũng rời tờ báo ra đi, anh làm đủ thứ việc để mưu sinh giờ trụ lại ở công ty Goldorient VN, phụ trách mảng chuyên trang thiết kế thời trang đến hiện giờ. Cuộc sống riêng tư của Vũ Thụy Nhung cũng không mấy suông sẻ, hai lần có vợ thì cũng hai lần nói tiếng chia tay. Anh làm thơ từ năm 14 tuổi, hai lần đoạt giải thưởng của báo Thiếu Niên Tiền Phong. Thơ in rải rác trên các báo và nhiều tuyển tập, nhưng in riêng thì "Ngồi Hát Vu Vơ" lại là tác phẩm đầu tay của anh. Nói như thế để thấy rõ con đường đến với văn chương của anh nhiều gập ghềnh không bằng phẳng và anh rất vui khi trình làng đứa con tinh thần đầu tiên của mình.

Tôi quen và gặp nhà thơ Vũ Thụy Nhung nhiều lần, khi thì giang hồ cùng Lưu Lãng Khách ở quận 7, khi thì ở Quận 4, thậm chí chén thù chén tạc ở nhiều nơi từ Gò Vấp qua Bình Thạnh rồi về quận 4, tôi vẫn thấy một Vũ Thụy Nhung là một kẻ làm thơ đầy khiêm cung, chân tình và năng nổ cùng bè bạn văn chương. Mặc dù lưu lạc vào phương Nam khá lâu nhưng giọng Quảng của anh không hề thay đổi và người nghe nhận ra ngay gốc gác của anh. Điều nầy làm tôi nhớ đến bài thơ Hồi Hương Ngẫu Thư của Hạ Tri Chương thời Thịnh Đường:

Thiếu tiểu ly gia, lão đại hồi,
Hương âm vô cải, mấn mao tồi.
Nhi đồng tương kiến, bất tương thức,
Tiếu vấn, khách tòng hà xứ lai?

Học giả Trần Trọng Kim đã dịch:

Bé đi, già mới về nhà,
Tiếng quê vẫn thế, tóc đà rụng thưa.
Trẻ con trong thấy hững hờ,
Cười ồ, hỏi khách lại từ phương nao.

"Ngồi Hát Vu Vơ" cũng là tên bài thơ mở đầu của tập thơ nhỏ nầy. Bài thơ chỉ có 19 câu chia làm 3 đoạn nhỏ: Mỗi đoạn được lập và nhấn mạnh hình ảnh "Ta chạy": Từ việc chạy rong chơi lòng vòng, khi thì làm "đôi chân ray rứt", lúc lại "Rồi ta gục ngã", rồi thì "Làm ta muốn khóc" đã làm tác giả chợt nhận ra cuộc đời của mình "Ta chạy đi đâu cũng gặp ngày xưa". Ngày xưa đó là gì: "Mẹ ta không chồng. Ở vậy nuôi con. /Đưa em qua dòng sông tuổi thơ. Lần đầu tiên ta mất ngủ. /Chỗ mẹ nằm xanh cỏ. Thôi ta đành ngồi xuống hát vu vơ." Như vậy "Mẹ"và "Em" là hai phạm trù, hai đối tượng in đậm khắc họa rõ nét trong thơ của Vũ Thụy Nhung với những ám ảnh khôn nguôi.

Với mẹ là những vần thơ trăn trở về hình ảnh thật chân

phương nhưng nặng lòng thương nhớ. Anh viết thơ như trút từ máu thịt con tim cho một một tình yêu mẫu tử. Tôi rất thích mấy câu thơ sau đây của anh:

Qua sông...
Mẹ tôi quẩy gánh rau lang
Đi lúc con gà chưa đập cánh gáy
Đèn lồng trăng nghiêng rớt phía non tây
Phiên chợ nhạt nhòa tan khi trời sáng
Mẹ trở về kịp buổi làm đồng tính điểm
(Qua Sông)
....
Mẹ-xương-rồng-trước-gió
Chịu bao mùa bão giông
Chỉ một điều duy nhất
Mẹ mong ta thành người
Nước mắt lẫn nụ cười
Niềm vui đan đau khổ
Ta gục đầu trên mộ
Mặn chát cả mùa xuân
(Tưởng mẹ - Mùa xuân)

Tình yêu trong thơ Vũ Thụy Nhung cũng thế, luôn ẩn chứa nhiều rủi ro mất mát, nó hình dung như một giải băng đen trải trên con đường anh đi ngầm báo hiệu trước những bão giông trước mắt:

Em yêu dấu
"Bây giờ là tháng mấy"...
Làm sao biết khi anh đưa tay lên phía trái ngực mình
Đính vào giải băng đen
Ngày cũng quên tháng anh không còn nhớ
Chỉ có em trong tâm tưởng cuộc tình
Để rồi:
Anh như cội phượng già bật gốc trước mùa thu...
(Giải băng đen cuộc tình)

Ở giữa đất Sài Gòn, sớm chiều mưa nắng, nỗi nhớ lặng lẽ đi về, có ai hiểu được tấm lòng đợi chờ của người phía chân mây chăng?

Giờ đâu thể Sài Gòn hai mùa mưa nắng

Đâu thể "áo lụa vàng"em dắt nắng chung chiêng
Mà anh ngập nỗi nhớ
Vàng ánh đèn buốt gió mảnh trăng quê
...Về đi nhé em, về đi nhé
Bữa cơm chiều anh vẫn ngóng đợi em
(Chờ phía chân mây)

Đôi khi anh mượn tiếng đờn kìm trên sông để giải bày tâm sự của mình:

Chiều rớt giọt đàn kìm
Nhẹ câu xề xuống giọng
Đò bao giờ cập bến
Ướt lòng em bên sông
(Viết vội thay cho duyên)

Tình yêu, tình quê đôi khi cũng hòa quyện gắn bó làm một:

Trong những ngày khốn khó
Em không về sao Ch.
Câu thơ có nỗi đau
Anh tin rồi em hiểu
.....
Còn thơm mùi em
Vòng tay còn hơi ấm
Em không về sao Ch.
Gió khua lòng xa ngái
Gửi thị trấn Đức Phổ & Ch. Sau 25 năm)

Tôi chợt nhớ đến Hà Huy Hoàng một người bạn đồng hương với Vũ Thụy Nhung có nhận xét khá thú vị khi đọc bài "Trái tim mùa hạ" của "gã":

"Người nổi tiếng có thơ hay là lẽ đương nhiên; nhưng người ít nổi tiếng không có nghĩa là không có thơ hay đâu nhé. Theo tôi, "Trái tim mùa hạ cũng là một bài thơ hay. Xin lỗi, tôi chỉ nói là bài thơ hay, chứ không bao giờ nói là bài thơ xuất sắc trong nhiều bài thơ của gã đâu nhé. Hơi thơ không mới, nhưng hồn thơ và tình thơ đôn hậu, chân thành làm nên thành công, cho bài thơ nầy chăng! Cá nhân riêng tôi yêu thích bài thơ nầy, khi thơ được viết trong hoàn cảnh cảm xúc đặc biệt gắn liền với tâm sự và nỗi niềm của chính mình, chắc chắn bài thơ sẽ có một chút gì đó đọng lại xứng đáng để được gọi là thơ! Tại sao không..."

Tôi nghĩ chính vì tập thơ có tên "Ngồi Hát Vu Vơ" nên đôi khi anh làm thơ anh không câu nệ tìm tựa cho nó làm gì, chỉ ghi đơn giản là "Không Đề", trong cả tập thơ có tới 5 bài thơ "Không Đề" có thể làm cho người đọc thơ không vừa ý lắm nhưng theo tôi thế mà lại hay vì mỗi một bài "Không Đề" lại bày tỏ, phơi phóng một tâm trạng khác nhau, đa đoan cùng con chữ làm gì và hãy để người đọc tự cảm nhận có sao đâu:

Tôi còn tôi với chính tôi
Ngã nghiêng che khuất chỗ ngồi dáng xưa
Tôi còn sáng nắng chiều mưa
Còn đêm mộng mị thuở chưa biết người...

Xứ Quảng một dãi đất miền Trung gắn liền với biển nên trong thơ Vũ Thụy Nhung biển cũng là một khúc đồng dao từ ngày xưa đi qua cuộc đời anh:

Người đàn bà ở biển
Ngồi đếm thời gian qua mắt lưới
Ánh đèn chong nỗi nhớ vào đêm
Khát khao được làm vợ có chồng...
(Khúc đồng dao)
Ta trở về trước biển chiều nay
Nghe sóng nhắc tên người năm cũ
Nửa đời ta cánh chim di trú
Thì làm sao tình chẳng vụt bay
(Và Biển Bây Giờ)

Trong cuộc đời văn nghệ, tôi quen khá nhiều nhà thơ xứ Quảng:Có người sống và làm việc ở quê nhà như Hồ Nghĩa Phương, người xa xứ mưu sinh như Lưu Lãng khách, Ngã Du Tử và anh..., tôi nhận ra trong thơ họ luôn có cái tình gắn bó với xứ Quảng thân yêu không bao giờ vơi cạn, luôn nồng nàn thấm ngọt nước sông Trà, sông Vệ, gợi nhớ bến Tam Thương, đá La Hà, sen hồng Liên Chiểu:

Ta về Quảng Ngãi tìm em
Mưa giăng tháng chạp đất mềm đường trơn
Mưa về biển trải thâm sơn
Mưa rong phố gió dỗi hờn nét môi
(Về Quảng Ngãi)
Em có về Quảng Ngãi với anh không
Khi mùa xuân còn ngập ngừng ngoài ngõ
Đất miền Trung đã qua mùa mưa gió
Nụ hoa vàng xòe nắng ngóng bên sông

....
Dẫu lòng ta không mổ chút cách chia
Anh hái tặng em đóa sen hồng Liên Chiểu
Và Quảng Ngãi Khi em về sẽ hiểu
Cõi lòng anh như ngọn sóng sông Trà
(Em có về Quảng Ngãi với anh không?)

Chính cái tình tha thiết, nỗi nhớ quê qua lời nhắn gởi chân tình mà bài thơ Em có về Quảng Ngãi Với Anh Không? đã được nhạc sĩ Từ Tấn Lực đồng cảm phổ thành ca khúc "Quảng Ngãi Ta Về" một thời đã được nhiều người yêu thích và biết đến. **Người nhạc sĩ ấy từng tâm sự:** "Một chiều cuối tháng 4.2015, vì sắp nghỉ lễ nên đường phố cũng trở nên vắng hơn ngày thường. Lang thang lướt báo trên mạng, bất chợt, như một sự tình cờ hữu duyên, mắt tôi dừng lại khi gặp bài thơ "Em có về Quảng Ngãi với anh không?" của tác giả thơ Vũ Thụy Nhung. Một cảm giác nhớ quê, nơi mình chôn nhau cắt rốn, một ước nguyện muốn làm việc gì đó để tri ân quê hương và một giây phút thăng hoa nên giai điệu chợt hình thành. Và thế là ca khúc Quảng Ngãi ta về được ra đời."Cái hữu duyên giữa thơ và nhạc là vậy nhưng có mấy ai tìm được cái duyên như thế nhỉ?

Nhà thơ Vũ Thụy Nhung là người con xứ Quảng xa quê và lấy Sài Gòn làm quê hương thứ hai của mình nên cái tình với mẹ, em và quê hương miền biển ấy luôn ẩn hiện trong thơ anh mang nét hoài cảm vấn vương say đắm: "Gió lay chao đảo liêu xiêu. Gã kia ngớ ngẩn vẫn yêu bởi bùa...". Trong đại dịch Cô-vit, với vai trò phụ trách công tác mặt trận một phường Quận 4 anh tham gia công tác thiện nguyện rất nhiệt tình. Đối với bạn bè văn chương: anh tham gia trang Dấu Chấm Than Quay Ngang, tổ chức ra mắt sách cho thân hữu, tham gia ban biên tập tập san Sông Quê, tôi thích anh vì những điều như thế nên cũng yêu thơ anh là vậy. R. Tagore có nhận định: "Cũng như nụ cười và nước mắt, thực chất của thơ là phản ánh một cái gì đó hoàn thiện từ bên trong", tôi nghĩ thơ Vũ Thụy Nhung cũng bắt đầu như vậy và hy vọng trong tương lai ta bắt gặp một Vũ Thụy Nhung có những bài thơ mới mẻ và thấm sâu vào lòng người hơn.

LƯƠNG THIẾU VĂN

BIỂN BẮC
Mùa Tôi Và Tháng Mười Cuối Bãi

Rồi thì những chiếc lá
của cuối tháng mười
cũng rớt xuống nền đất thô lỗ
phủ dải sương lạnh đặc
đục sữa phẳng lỳ...... cứng ngắt
như đôi tay buốt nhức
quệt mũi lem nhem
vô thức vụng về
nắn vuốt giấc mơ
nâng niu trong thô kệch
ngược bình minh
cùng lũ chim sớm chuyện
hỏi rằng tôi đang rét mướt vì sao

Rồi mây cũng
bỏ ngày mưa lạc gió
đi tìm đuôi lốc bão ở phương trời
quẫy tốc lên
mảnh rối vụn từng mùa
cho tâm mắt dấy cộm dày xa hút
choáng vắt trong
duyên dáng dung nhan người
nụ cười vẫn se khô
môi tróc vảy
son phấn mình sắc lên mùa diêm dúa
điểm mặt hồ
soi bóng nước già nua

Mùa tôi mãi
là mùa tôi của bốn mùa
bây giờ dường như
là mùa thu với ngàn lá
của gió mưa

cùng sũng ướt sắc màu
có tôi đứng
giữa muôn trùng vun vút
nhắm mắt, tôi lớn tiếng: mùa tôi ơi!
có tôi đứng
giữa cánh đồng trơ trọc
cuối bãi lầy, tôi vẫy gọi: tôi ơi!!
(cuối 10, hai 4)

Ngần Ấy Thôi

Đã rồi một nửa
vẫn cứ lần lữa vay mượn ……
…… cuộc đời
còn gì không những điều chưa hề nói
mới như không bao nếp cũ căng tròn
ngọn tình yêu giữ hoài một đốm lụn
chờ thắp lên ánh ngút……
…… lúc lìa đời
Đây rồi một nửa
câu thơ xưa chưa viết trọn một lần
con chữ cứ kiếm tìm rồi lẩn trốn
hút lời giữa muôn muôn của kiếp kiếp
nợ nần nhau……
……xí xóa phận con người
giận hờn nhau góp vào trong nỗi nhớ
gửi đời theo trong tiếng gió……
……cười xòa

Sẽ rồi một nửa
của ngày đêm đan chéo…….
……bước đi đời
lặng lờ vẫn những điều không hề nói
nói như không nên không nói cùng người
tim cũng thế sẽ hoài một nhịp nửa
đập vào kinh cứu rỗi cho……
……nỗi niềm.

BIỂN BẮC
(*ba mươi 7, hai*

VŨ KHẮC TẾ

MÙA HOA NỞ MUỘN

Hương từng là hoa khôi của khối lớp 12 – xinh đẹp, thông minh, và luôn toả sáng một cách lặng lẽ. Có nhiều chàng trai theo đuổi, nhưng cô đều khéo léo từ chối. Trái tim cô khi ấy chỉ dành cho những con số, đồ thị và giấc mơ du học. Thời gian trôi qua như một cơn gió thoảng. Bốn năm đại học rồi sáu năm nghiên cứu sinh ở nước ngoài, cô sống trọn với đam mê học thuật, từng nghĩ sẽ ở lại, lập nghiệp nơi trời Tây.

Thế nhưng, là con gái duy nhất trong gia đình, cô không nỡ rời xa cha mẹ tuổi đã xế chiều. Quyết định trở về không chỉ vì chữ hiếu, mà còn vì một lời nhờ vả từ người bạn thân – nhờ cô hỗ trợ cố vấn kỹ thuật cho một dự án xây dựng lớn. Công việc ấy đúng sở thích, đúng chuyên môn, và khơi dậy lại ngọn lửa đam mê trong Hương.

Phần lớn công việc cô đảm nhận đều dựa trên nền tảng kiến thức vững chắc tích lũy suốt những năm tháng du học. Đồng nghiệp và khách hàng đều nể trọng Hương – một phụ nữ sắc sảo, đầy nội lực, và bản lĩnh. Cũng chính vì vậy, nhiều người e dè trước cô, thậm chí giữ khoảng cách – như thể sự độc lập và tài năng của Hương là một bức tường vô hình ngăn cách họ lại gần.

Ba mươi tư tuổi – ở cái ngưỡng mà nhiều người phụ nữ đã yên bề gia thất – Hương vẫn sống một mình, bình thản và kín đáo. Không phải vì cô thiếu cơ hội. Mà theo cách cô từng thổ lộ, thì: “Những người ngang tầm tri thức lại chỉ thích các cô gái trẻ đẹp. Còn những người vị thế thấp hơn… họ thường ngại ngần, mặc cảm trước kiến thức và sự độc lập của một người cô gái như cô.”

Cô không giận ai, cũng chẳng trách ai. Chỉ là, tình yêu – với cô – chưa bao giờ là điều cô quan tâm hơn công việc. Nhưng trái tim, dù mạnh mẽ đến đâu, vẫn là một cánh cửa khẽ hé...

Hương không bao giờ tin vào duyên nợ – cho đến khi cô gặp Phan.

Phan là một kỹ sư xây dựng, không học cao như cô, không lịch lãm theo cách những người trí thức thường có. Anh thô rápnhư vôi vữa bám tay, bám áo. Gặp Hương lần đầu trong một buổi họp dự án mà cô là tư vấn chuyên môn, Phan khiến cô khó chịu vì sự cộc cằn, thẳng thắn.bằng một giọng Quảng Nam đặc sệt

"Phụ nữ thì biết gì ở công trường? Lý thuyết thì giỏi đấy, nhưng thực tế lại là chuyện khác."

Phan đã nói như thế, trong một buổi họp giữa chừng đầy căng thẳng. Cả phòng im bặt. Hương chỉ mỉm cười, không đáp.

Ấy vậy mà, những tháng sau đó, hai người lại thường xuyên đụng độ nhau trong công việc. Dù không ai nói ra, nhưng cả hai đều dần nhận ra một điều kỳ lạ – họ như hai cực nam châm đối nghịch, càng xô đẩy càng bị hút lại gần.

Phan biết Hương là người phụ nữ mạnh mẽ, tài giỏi, và cô đơn. Hương biết Phan là người đàn ông cứng đầu, thô nhưng không tục, cộc nhưng không ác. Cô quý sự chân chất trong ánh mắt anh, quý cách anh lặng lẽ làm thêm giờ, quý cả những lần anh đứng dưới mưa kiểm tra công trình chỉ để chắc chắn rằng một người thợ không bị lắp sai dàn thép.

Họ bắt đầu gặp nhau sau giờ làm việc. Chỉ là cà phê thôi. Rồi là những lần Hương dọn tủ lạnh vì biết Phan sống một mình không biết nấu ăn. Rồi một lần anh đưa cô về, xe chết máy giữa cầu, và cả hai cùng cười như trẻ con dưới cơn mưa tháng Bảy.

Mọi thứ tưởng chừng có thể đi xa hơn, nếu như một ngày, Hương phát hiện Phan đã có vợ.

Không ai nói gì trong buổi chiều hôm ấy, khi Hương lặng lẽ đặt một gói hồ sơ lên bàn anh, bên trong là bản kế hoạch cuối cùng của dự án – cùng một mẩu giấy nhỏ:

"Có những điều đến muộn, không phải vì nó chưa từng tồn tại, mà vì nó chưa bao giờ đúng lúc."

Phan không đuổi theo,anh biết tính cách của cô. Anh chỉ lặng lẽ nhìn theo cô qua ô kính. Cô đi thật nhanh, mái tóc đen dài lẫn vào giữa dòng người tan sở. Đó là lần cuối họ gặp nhau.

Vài năm sau, Hương chuyển công tác. Cô vẫn sống một mình. Công việc vẫn dày đặc như cũ, chỉ khác, mỗi khi đi ngang hàng ngọc lan cuối đường, cô hay đứng lại. Trước kia Hương không thích hoa ngọc lan– nhưng giờ, cô hay ngắt một nhành, mang về cắm vào cốc thủy tinh nhỏ đặt trong bếp.

Mùi hoa nhẹ, thoảng, như ký ức không tên. Như mối tình chưa kịp nở.

***

Ba năm sau.

Phan đứng lặng trước cổng một công ty tư vấn kiến trúc tại Đà Lạt. Tấm biển inox sáng ánh chiều muộn, in rõ tên giám đốc điều hành: Nguyễn Thị Hương.

Anh đã mất gần hai năm để đi qua những tháng ngày hỗn độn, sau khi vợ anh – người phụ nữ anh cưới vì trách nhiệm gia đình, ly hôn trong im lặng. Không một trận cãi vã, không một giọt nước mắt. Người vợ ấy bảo:

"Em biết trong mắt anh, có một người khác. Mà em không thể nào trở thành được.Tốt nhất là chia tay để khỏi làm khổ nhau."

Phan không quay lại tìm Hương ngay. Có lẽ vì mặc cảm, vì tự trọng. Hay vì anh sợ phải đối diện với ánh mắt từng một lần khép lại không chút níu kéo.

Nhưng rồi, khi dự án mới cần tìm đối tác ở Đà Lạt, nơi Hương chuyển đến sau khi rời thành phố, anh đã tình cờ nhìn thấy tên cô trong bảng hồ sơ. Tim anh thắt lại.

Cô vẫn ở đây, vẫn làm việc, vẫn mạnh mẽ như ngày nào.

***

Chiều hôm ấy, Hương bước ra khỏi văn phòng sau cuộc họp với khách hàng, thì thấy một người đàn ông đứng dưới bóng thông già ven đường. Gió lùa nhẹ áo khoác, nắng trượt qua mái tóc anh đã điểm vài sợi bạc.

Cô đứng sững lại. Không ai nói gì.

Chỉ có gió. Và mùi hoa ngọc lan từ góc sân của một ngôi nhà, tỏa ra thơm dịu.

Phan lên tiếng, khẽ như một câu thở:

– Anh tới để trả lại em một thứ…

Hương nhíu mày:

– Thứ gì?

Phan rút từ trong túi ra một mẩu giấy nhỏ. Giấy đã úa màu, góc hơi quăn, nhưng vẫn nguyên nét chữ mềm nghiêng nghiêng:

"Có những điều đến muộn, không phải vì nó chưa từng tồn tại, mà vì nó chưa bao giờ đúng lúc."

Anh nhìn cô:

– Hồi đó… không phải anh không biết mình yêu em. Chỉ

là…

– Là đã muộn. – Hương cắt lời, nhẹ bẫng. – Em biết.

Cả hai im lặng.

Một chiếc lá thông rơi xuống vai áo cô. Anh định đưa tay gỡ, rồi lại rụt về.

Hương bước qua anh, giọng bình thản:

– Đà Lạt chiều nay lạnh lắm. Nếu anh có việc, mai gặp ở văn phòng. Còn nếu chỉ là vì mảnh giấy cũ, thì em đã quên lâu rồi.

Phan đứng đó rất lâu sau khi cô đi khuất. Đà Lạt mùa này bắt đầu vào mưa. Gió ngược mùa, mỏng như một lời từ chối không thốt ra.

***

Một năm sau

Trong một buổi tọa đàm về kiến trúc và quy hoạch bền vững ở trường đại học, Phan là diễn giả chính. Anh vừa hoàn thành một dự án lớn tại Tây Nguyên, nơi từng là mảnh đất Hương tham vấn quy hoạch đầu tiên khi ra Đà Lạt.

Họ gặp lại nhau tại hành lang hội trường. Cô vẫn mặc chiếc áo sơ mi trắng quen thuộc, tóc cột gọn gàng. Còn anh, giờ đã là người đàn ông độc thân, chững chạc, và yên ổn với chính mình.

Không ai nhắc lại chuyện cũ. Chỉ có Hương lên tiếng khi họ cùng đứng bên lan can nhìn xuống vườn hồng sau viện:

– Em vẫn giữ thói quen cắm hoa ngọc lan mỗi tuần.

Phan mỉm cười, nhìn xa xăm:

– Anh trồng một cây ở nhà. Ba năm rồi mà nó vẫn chưa ra hoa.

Hương xoay người lại, ánh mắt chạm anh, chậm rãi:

– Có những điều, đến muộn… nhưng vẫn có thể nở, nếu còn mùa.

Phan không nói gì. Chỉ nhìn vào mắt cô – như người đi rất lâu giữa sương mù, cuối cùng đã thấy được ánh sáng phía chân đồi.

***

Một buổi chiều cuối năm, khi những rặng hoa mai anh đào bắt đầu hé nở rực rỡ trên triền đồi Đà Lạt, Hương trở về căn nhà gỗ nhỏ nằm bên hồ Tuyền Lâm. Ngôi nhà ấy cô mua sau lần từ bỏ thành phố, khi những bộn bề danh vọng không còn khiến cô thấy ấm lòng.

Trong gian bếp, lọ hoa ngọc lan hôm nay dường như tỏa hương thơm hơn mọi ngày. Cô rót một tách trà, mở cửa sổ. Gió lùa nhẹ, có tiếng xe máy quen quen dừng lại trước cổng.

Phan bước vào, không gõ cửa. Cô không khóa – dường như, từ lâu đã không còn khóa khi chiều xuống.

– Anh mang cây ngọc lan tới. – Phan nói, rồi giơ cao một chậu cây nhỏ xinh, cành khẳng khiu nhưng lấm tấm mầm xanh. – Mùa này, ở chỗ anh bắt đầu nụ rồi.

Hương im lặng, rồi mỉm cười. Nụ cười nhẹ tênh, như sương phủ mặt hồ lúc ban mai.

– Vậy trồng nó ở đây nhé. Chỗ có nắng buổi sớm và gió chiều.

Cả hai cùng cúi xuống mảnh đất bên hiên, tay phủi lớp đất ẩm còn sót sau cơn mưa đêm qua. Khi Phan đứng dậy, bùn dính nhẹ lên ống quần. Họ bật cười như hai đứa trẻ vừa nghịch ngợm.

Anh quay sang, ánh mắt đầy ngập ngừng:

– Hương này… nếu một lần nữa, anh xin phép được đến bên em. Không phải để chuộc lỗi. Mà chỉ để cùng em đi tiếp phần đời còn lại – chậm rãi, không vội vàng, không ràng buộc… Nhưng thật lòng.

Hương không trả lời ngay. Cô nhìn vào lòng bàn tay, nơi vừa chạm vào gốc cây ngọc lan. Đôi tay đã từng làm việc đến chai sạn, từng dựng cả một sự nghiệp từ những bản vẽ, từng cố gắng gồng lên để không phải yếu mềm. Giờ đây lại đang run lên khe khẽ.

Một lát sau, cô quay sang:

– Em không tin vào duyên nợ. Nhưng nếu anh chịu đợi, đến mùa hoa ngọc lan nở… thì có thể, em sẽ tin.

Phan gật đầu. Anh không vội.

Vì giờ đây, anh biết, một tình yêu đến muộn nhưng đúng người – không cần những lời thề thốt. Chỉ cần đủ thời gian, và đủ lặng yên để nảy nở từ những điều đã từng đau.

Cuối mùa đông năm ấy, cây ngọc lan nở bông đầu tiên. Nhỏ, trắng ngần, và thơm ngát. Giữa vườn nhà họ.

VŨ KHẮC TẾ
MỘT NGÀY KHÔNG TIẾNG NHẠC

Có một ngày
anh tắt hết mọi âm thanh
không wifi
không tiếng thông báo từ trang mạng

Chỉ muốn nghe
tiếng lòng mình
vang lại
trong căn phòng tĩnh lặng

Anh phát hiện những con thạch sùng
Đã bỏ lỡ điều gì ,rồi lại cất tiếng ăn năn.

Bên một ly cà phê đen
và ngồi nhìn nắng
nhưng vị đắng
lại đến từ một tách trà

Mỗi lần nhớ em
là mỗi lần anh lặng lẽ
viết một nốt nhạc
rồi giấu đi vào trong tiềm thức
Để quá khứ mang đi.

VŨ KHẮC TẾ

LƯU NGUYỄN TỪ THỨC

TRƯỜNG CA TƯỞNG NIỆM MỘT DIVA

Sinh ra giữa chốn cơ hàn,
Mồ côi - tiếng khóc ngập tràn tuổi thơ.
Đời không vẹn đủ giấc mơ,
Vẫn cao tiếng hát giữa bờ lầm than
Lớn lên xa xứ, lang thang,
Mà hồn vẫn giữ xóm làng quê hương.
Từ câu vọng cổ canh trường,
Đến hò điệu lý vấn vương nỗi sầu.
"Lý chim quyên" vọng đêm thâu
Chim bay về tổ, biết đâu cội nguồn.
"Vọng cổ buồn" chị hát luôn,
Buồn như cuộc sống lệ tuôn vắn dài
"Chiếu qua phà cũ" ai hay,
Chở bao thương nhớ vơi đầy bên sông.
"Bông điên điển" rụng xuống đồng,
Mà trong giọng hát mênh mông nghĩa tình.
"Rau đắng mọc ở sau đình",
Đắng cay hòa với ân tình tỏa hương.
"Ru lại câu hò" đêm sương,
Tiếng ru ngân tận mười phương cõi người.
Bao năm ca hát cho đời,
Đem vui cho trẻ mồ côi lạc loài.
Những em bé chẳng có ai,
Được nghe tiếng mẹ ngân dài chị ru.
Tình thương trải khắp thiên thu,
Dang tay che chở, ấp bù yêu thương
Tiếng ca cảm xúc tràn tuôn
Len vào cả chốn cội nguồn nhân gian.
Tài hoa, bạc mệnh, lụy tàn,
Trời xanh quen thói trần gian trêu người
Kiếp cầm ca, một đoạn đời

Cho hay khó xóa được lời cổ nhân.
Người đi, để lại hồn xuân,
Bồng bềnh sông nước, bâng khuâng mái chèo.
Khói hương phảng phất sớm chiều,
Người còn – trong nhớ, trong yêu, trong buồn.
Dẫu nay cách trở âm dương
Tên người tiếng hát vẫn luôn rạng ngời.
Nghe ca như thể thấy người,
Như nghe quê mẹ, thấy trời quê hương.
Người đi, tiếng hát còn vương,
Ngọt ngào như gió đầu nương rộn ràng.
Bao người ở lại bàng hoàng,
Nghe trong nức nở tiếng đàn tiễn đưa.
Hồng nhan kiếp phận người xưa,
Gom bao cay đắng dệt thưa nụ cười.
Hết lòng cống hiến cho đời
Tấm gương nhân ái một trời thênh thang.
Thắp lên riêng một nén nhang
Dâng người ca sĩ đa mang đoạn trường.
Trăm năm một giấc miên trường
Một tâm hồn đẹp, một chương tình người.
Chị đi, như gió qua đời
Như trăng rời bến, sông trôi về nguồn.
Hương trầm khói nhẹ bay tuôn,
Tiếng ca chị hóa linh hồn trời Nam.
Chị về trong cõi thiên đàng,
Không màng áo vá, không màng long đong.
Chị là tiếng hát vô song,
Là hoa sen nở giữa dòng tử sinh.
Ngàn sau, tiếng hát lung linh,
Còn thương, còn nhớ bóng hình Phi Nhung.
Một đời ca, một tấm lòng,
Đẹp như ngọn lửa cháy trong tim người.

LƯU NGUYỄN TỪ THỨC

NGUYỄN ĐẠI DUẪN
Bức tranh hai người mẹ

Từ ngày mẹ mất, Dần không có ai chăm sóc, cứ ngơ ngơ, ngác ngác. Nó buồn đi lang thang, rồi bỏ nhà ra phố mua đồ nghề đi đánh giày. Ngày đi làm, tối về ngủ nơi nhà kho vật liệu bỏ hoang bên chiếc cầu vừa xây xong. Trong căn nhà lạnh lẽo, nó thấy sợ. Nó thấy như mẹ đang hiện về trách móc, sao nỡ bỏ nhà mà đi. Ở nhà còn có bà con, chòm xóm. Tiếng dế rền rĩ, tiếng gió xào xạc làm cho nó thấy cô đơn. Nỗi buồn, sự mệt nhọc làm cho nó thiếp đi như cún con.

Dần thức giấc khi nghe tiếng ồn ào rất gần bên tai. Nhìn khuôn mặt hiền lành của thằng Dần đang tái xanh, biết chắc là "lính mới", Hải nhẹ nhàng:

- Mày muốn theo chúng tao làm ăn thì vào xách đồ nghề cùng đi. Nhưng phải biết nghe lời. Dần nhập bọn cùng mấy đứa đánh giày. Chúng về các quán cà phê, tiệm cắt tóc, nơi hàng nước, quán nhậu để tìm khách. Đêm, chúng về ngủ dưới gầm cầu. Đó là một quán nước của bà lão đơn thân đã qua đời. Xung quanh được che liếp nứa đơn sơ.

Sáng nay, Dần xách đồ nghề theo Sóc Khoằm. Hai đứa đi về phía công viên. Dần đang thơ thẩn thì nghe tiếng gọi. Dần nhanh chân chạy đến. Cô bé bảnh bao trong bộ đầm màu nõn chuối, vết son lòe loẹt trên môi, mặt vênh lên:

- Ê! Nhỏ. Đánh giày cho chị.

Oắt con. Vắt mũi chưa sạch mà cũng đòi xưng chị. Dần ức quá định bỏ đi, nhưng cái bụng đang sôi gào nên đành hạ hỏa. Đánh giày xong, cô bé đưa cho Dần tờ giấy bạc một trăm ngàn. Dần đang chần chừ vì không có tiền thối lại, cô bé với giọng chanh chua:

- Thôi! Chị bo. Nói xong ngúng ngoảy bỏ đi.

Cầm tờ tiền trên tay, Dần ngẩn người giây lát: "Vậy là mình có hời". Một ý tưởng lóe lên trong đầu Dần. Tối nay về nộp tiền cho Sóc Khoằm mình cất số tiền cô bé đã "bo". Mình sẽ gom dần rồi mua bút, giấy vẽ, sẽ đi vẽ tranh, có thể bán lấy tiền. Dần là một đứa có năng khiếu vẽ từ nhỏ. Đi đâu Dần cũng quan sát kỹ cảnh vật. Không có màu vẽ, Dần vẽ bằng bút chì. Có khi nó dùng than để vẽ. Có bữa đi học về quần áo lem luốc, bị mẹ phạt đòn. Mẹ nó đâu có biết nó đang thực hiện mơ ước thành họa sĩ. Nó vẽ cái gì nó thích đầy cả tường nhà như rồng rắn. Nó vẽ mẹ giống như tạc. Biết con có năng khiếu, mẹ nó mua bút, giấy cho con học vẽ. Từ ngày mẹ nó qua đời, ước mơ trở thành họa sĩ tiêu tan như người buôn muối gặp mưa.

Sự việc sáng nay diễn ra không qua mắt Sóc Khoằm. Thằng Sóc sờ nắn túi quần, kiểm tra túi áo Dần, nó vẫn không phát hiện được tờ giấy bạc mà lúc sáng cô bé đã bo cho nó. Thằng Sóc bảo Dần cởi bỏ dép ra. Chiếc dép cũ bong ra hai lớp. Thằng Sóc bóc đế dép, tờ giấy bạc bung ra. Hắn quắc mắt nhìn Dần rồi vung tay đấm đá.

Thằng Dần bị bọn chúng đuổi đi trong tiếng sấm ình oàng. Những ánh chớp nhì nhoằng như có ai vung từng đường kiếm sáng loáng trên bầu trời đen ngòm. Mưa nặng nề lộp bộp trên mái đầu trần. Thằng Dần ê ẩm khắp mình mẩy, khuôn mặt sưng húp như quả cà chua lũng thũng trong đêm. Đi đâu bây giờ? Bụng đói cồn cào. Nhìn vào quán ăn tấp nập người vào kẻ ra. Như có ma lực, nó đi về phía quán ăn. Nó muốn đến xin ăn. Nó nghĩ vậy chứ biết làm gì hơn lúc này. Ơ! Cái gì thế này? Dưới chân nó, một cái ví của ai đánh rơi. Nó nhìn quanh, không thấy người. Nó nhặt lên. Trời! Tiền, tiền nhiều lắm. Thế là thoát cảnh đói đêm nay rồi. Sau mấy giây tự trấn an: "Không ai biết đâu". Và nó đi vào quán gọi những món ăn ngon.

Dần về lại nhà kho bỏ hoang bên cầu mua bút và giấy về vẽ tranh. Một hôm nó ra chân cầu đặt giá vẽ và nhìn về phía bên kia bờ sông. Nó vẽ ngôi nhà xinh xắn có hàng cây lộc vừng bung những dải hoa đỏ như chùm đèn dây nhấp nháy, lung linh soi bóng bên dòng sông. Một người phụ nữ đến bên ngắm bức tranh, mắt không chớp. Bà thốt lên:

- Trời! Đẹp quá!. Dần quay người lại. Nó ngước mắt nhìn người phụ nữ cất tiếng: - Dạ! Chào dì, cháu cảm ơn!. Tiếng người phụ nữ:

- Con vẽ đẹp lắm. Con bán bức tranh này cho dì nhé!

- Dạ! Để cháu vẽ hoàn chỉnh rồi dì về lấy ạ! Bà giới thiệu với

Dần, bà là Việt kiều định cư ở xứ sở "lá phong đỏ". Tên bà là Maria Tý

Một sáng, nó lên phố tìm mua khung để lồng bức tranh. Khi về, căn nhà kho nơi thằng Dần ở đã bị tháo dỡ, chuyển đi nơi khác. Bức tranh vẽ về ngôi nhà bên bờ sông cũng chẳng còn. Nó tiếc ngẩn ngơ, mắt nhìn đăm đăm về phía bên kia. Giật mình, nó nghe có tiếng người quen quen:

- Sao thẫn thờ vậy con?. Dần kể hết sự tình cho người phụ nữ nghe. Người phụ nữ nhìn Dần thông cảm và động viên nó sẽ vẽ lại bức tranh khác.

Dần cầm chiếc túi xách của người phụ nữ bỏ quên. Nó phân vân với bao suy nghĩ. Mình giấu chiếc túi rồi lấy tiền mua bút, bột màu, giấy vẽ. Chắc dì ấy không biết đâu. Nếu dì ấy có đến hỏi thì mình sẽ chối quanh. Bao nhiêu câu hỏi cứ dày vò. Rồi nó tự trả lời: "Phải tìm cách trả lại túi cho dì ấy thôi. Mình mất có mỗi bức tranh mà tiếc đứt ruột, còn dì ấy mất chiếc túi có rất nhiều tiền và giấy tờ chắc lo lắng biết bao nhiêu". Nghĩ lại chuyện nhặt được chiếc ví lần trước, nó cúi đầu có vẻ ân hận lắm. Nó cất bước đi về phía đồn Công an.

Bà Maria Tý nhận lại chiếc túi xách, bà mừng lắm. Biết Dần là người nhặt được túi, bà tìm gặp nó:

- Là Dần con đây! Dì mừng quá. Mấy hôm nay dì đi tìm con mà chẳng thấy đâu, không ngờ lại gặp con ở đây. Dì cảm ơn con nhiều lắm.

Thằng Dần nhìn bà Maria Tý, khuôn mặt nó rạng rỡ một nụ cười. Nó vui lắm, vì nó đã làm được một việc tốt. Bà nhìn Dần đề nghị:

- Bây giờ, con có thể cùng dì ra nước ngoài, dì sẽ chăm sóc, nuôi dưỡng con, coi con như con đẻ. Sang đó dì sẽ tạo điều kiện cho con học hành, thực hiện được ước mơ, phát triển tài năng của mình, trở thành họa sĩ. Lòng Dần khấp khởi. Nó tưởng tượng ra những bữa ăn ngon, được mặc đẹp, được tung tăng cắp sách đến trường. Được vẽ những gì nó thích. Nó như muốn nhảy cẫng lên hét thật to: "Đổi đời rồi". Nhưng không hiểu sao, một hồi suy nghĩ trán nó nhăn lại. Nó thầm thì với bà Maria Tý:

- Dạ! Cháu cảm ơn dì. Cháu không đi đâu. Cháu còn có linh hồn của mẹ đang ở đây!

Không thể thuyết phục được thằng bé, bà Maria Tý đưa cho

nó một phong bì dày cộm:

- Vậy con hãy cầm lấy số tiền này, coi như dì trả ơn con. Con có thể về quê rồi đi học, mua dụng cụ học thêm môn năng khiếu mà con yêu thích. Sau này về nước, có điều kiện dì sẽ giúp đỡ cho con. Thằng Dần cầm lấy phong bì nghẹn ngào, cảm ơn bà Maria Tý. Trước mắt nó hiện lên bao nhiêu hình ảnh tốt đẹp về tương lai. Nhưng rồi nó nghĩ đến bọn thằng Quảng, Hải, Sóc. Bọn nó cũng đang khổ cực như mình. Tuy mấy đứa đối xử chưa tốt với nó, nhưng cũng tại vì nó chứ đâu phải mấy đứa có ác ý. Nghĩ đến đây, Dần e ngại nhìn bà Maria Tý, nó nhẹ nhàng trả lại phong bì:

- Nếu thương cháu, dì hãy xin cho cháu cùng mấy đứa bạn của cháu vào sống ở làng SOS.

Vài ngày sau, bà Maria Tý làm thủ tục, Dần cùng mấy đứa bạn nó được về sống ở làng SOS như ý nguyện.

*

Bà Maria Tý về nước. Ngày đầu bước chân về, bà đến thăm Dần, thăm làng SOS. Bà không quên mua quà cho các bạn của nó, tài trợ kinh phí cho nhà trường để các cháu ở đây có điều kiện ăn học. Rồi bà làm thủ tục nhận Dần làm con nuôi.

Trời trong xanh vời vời. Thằng Dần đưa giá vẽ ra hành lang, thận trọng đặt giấy vẽ lên giá và cắm cúi ngồi vẽ. Bức tranh vẽ mẹ đang dắt tay nó trên con đường về nhà ngoại. Hai bên vệ đường là những hàng cây xanh, tỏa bóng râm mát. Dọc lối đi, những luống hoa mười giờ màu tim tím đang nở rộ. Một bên là người mẹ nuôi đang dắt tay Dần trên con đường đầy nắng vàng rực rỡ, con đường dẫn đến tương lai. Dần đang đi giữa hai người mẹ, mắt rạng ngời hướng về phía chân trời đang tỏa sáng...

Bà Maria Tý nhìn bức tranh tấm tắc khen:

- Bức tranh con vẽ đẹp quá. Mẹ vui và cảm ơn con nhiều lắm. Bức tranh được Dần đặt tên “Hai người mẹ”.

Bà Maria Tý bảo với Dần, bà sẽ đưa bức tranh sang Canada tham dự triển lãm về một chương trình mà bà đang cùng những Việt kiều ở đây đăng cai tổ chức lấy tiền làm từ thiện. Bà tin rằng đây là bước đầu thành công của Dần trên con đường hội họa, tương lai đang chờ đón nó. Bà mỉm cười mãn nguyện.

NGUYỄN ĐẠI DUẨN

HỨA HIẾU
Bài Thơ Thất Lạc

Tấp vô tiệm bánh mì mua một bài thơ
Cô hàng nhét đầy một ổ
nào thịt nguội
nào chả
nào giò thủ
nào pa-tê
nào bơ
nào dưa chua
nào ngò
cả xì dầu
lẫn muối tiêu
Ôm ổ bánh mì đi tìm chỗ gặm
như ôm bài thơ hậu hiện đại đi tìm chỗ giựt giải

Tấp vô tiệm cà phê mua một bài thơ
Cô hàng pha đầy đáy ly
một chút cà phê
một chút đường
một đống đá cục
tiện tay quậy luôn chục lần mưa nắng
Ly cà phê vun đầy ắp bọt bèo
Bài thơ ngồi đồng
ở ngã tư thất trận
Hớp từng ngụm thơ thất tán

Tấp vô quán nhậu mua một bài thơ
Cô hàng bê ra dăm chai bia khuyến mãi
cùng một dĩa mồi nội tạng
hở hang
ra tới biên giới ngoại bang
Bẩy chữ lõa lồ bao hệ lụy nội chiến chưa bao giờ đặng ý thức dân tộc
Lắm thi sĩ nhâm nhi bài thơ bị cấm phát hành
trong nước

Bàn nhậu tát cạn dòng Cửu Long
Lều bều dĩa kiểu sông Hồng phơi thây chủ nghĩa

Buồn tình, tôi bèn lên mạng xã hội tìm mua bài thơ
Trong khi dòng chảy trong rạch mãi cứ lách, lòn
hết lục vân tiên lại tới ttkh
kinh điển sáo mòn
Thì dòng chảy ngoài luồng chảy ra tới biển
chảy vắt giò
qua mặt tương lai
Từ hiện đại nhảy vọt lên hậu hiện đại
Từ hai-ku biến dạng thành ba-ku
Những câu thơ bốc lửa
mỏ dầu
Những bài thơ đình đám trên mạng
với cả trăm lần ngón tay giữa ưng ý
Thời thế tao loạn sông núi oằn mình thốt lên chữ nghĩa
Chữ nghĩa cởi mở nẩy ra thơ
Thơ chuyển dạ đẻ ra thi sĩ
Thi sĩ tụm ba tụm năm
thành hội thành hè
Thơ thẩn khóm phường
rầm rập tứ phương

Cứ thế tìm mãi
vẫn chưa mua được bài thơ
Vết thương mãi còn xót buốt tận xương

Chán mớ đời, tôi đành trở về nhà
lấy giấy bút ra tự xếp chữ
Lũ chữ bá đạo tập tễnh đánh vần
thờ ơ
Thơ.

HỨA HIẾU

HÀ NGUYÊN DU

***Tóm lược nhận định và phân tích tác phẩm "Tự do đầu tiên và cuối cùng" của J. Krishnamurti…**

1. Bối cảnh và ý nghĩa tác phẩm

"Tự do đầu tiên và cuối cùng" là một trong những tác phẩm nổi bật của J. Krishnamurti, nhà triết học và tư tưởng lớn của thế kỷ 20. Tác phẩm ra đời trong bối cảnh nhân loại đang đối diện với nhiều khủng hoảng xã hội, chính trị và tâm linh, nhấn mạnh sự cần thiết phải hiểu rõ bản chất của tự do.

2. Giá trị tư tưởng

- Tự do nội tâm:

Krishnamurti nhấn mạnh rằng tự do không chỉ là việc không bị ràng buộc bởi các lực lượng bên ngoài mà còn là sự giải phóng khỏi những giới hạn tâm lý, như sợ hãi, thành kiến và ham muốn.

- Ông lập luận rằng để thực sự tự do, con người phải hiểu rõ về chính

- Tính kết nối: Ông khẳng định rằng tự do cá nhân gắn liền với tự do của toàn thể nhân loại. Khi một người tự do khỏi những ràng buộc tâm lý, họ cũng đóng góp vào tự do chung của xã hội.

3. Phân tích nội dung

- Sự quan sát và nhận thức:

Krishnamurti khuyến khích người đọc thực hành quan sát bản thân mà không phán xét. Ông tin rằng sự nhận thức rõ ràng về suy nghĩ và cảm xúc của chính mình là bước đầu tiên để đạt được tự do.

- Tư duy không phân chia:

Tác phẩm nhấn mạnh tầm quan trọng của tư duy vượt ra

ngoài các khái niệm, chuẩn mực xã hội và hệ thống tư tưởng.

- Krishnamurti cho rằng những định kiến này hạn chế khả năng của con người trong việc trải nghiệm tự do đích thực.

4. Ảnh hưởng và giá trị lịch sử

- Đổi mới tư tưởng:

Tác phẩm đã tạo ra một cuộc cách mạng trong tư tưởng triết học và tâm linh, mở ra những quan điểm mới về tự do, sự tồn tại và mối quan hệ giữa cá nhân với xã hội.

- Khuyến khích hành động cá nhân:

Krishnamurti khẳng định rằng mỗi cá nhân có khả năng thay đổi chính mình và qua đó thay đổi thế giới. Tác phẩm đã truyền cảm hứng cho nhiều người trong việc tìm kiếm tự do và sự chân thật trong cuộc sống của họ.

Kết luận

“Tự do đầu tiên và cuối cùng” của J. Krishnamurti không chỉ là một tác phẩm triết học mà còn là một lời kêu gọi cho sự tự do nội tâm và nhân loại.

Những giá trị mà tác phẩm để lại vẫn còn nguyên giá trị và có sức ảnh hưởng lớn đến tư duy hiện đại, giúp con người tìm kiếm sự tự do thật sự trong một thế giới đầy rối ren.

• Đoạn văn gây cảm xúc chấn động trong “Tự do đầu tiên và cuối cùng” của J. Krishnamurti:

1. Tự do và sự kiểm soát

- Một trong những đoạn văn nổi bật đề cập đến mối quan hệ giữa tự do và kiểm soát. Krishnamurti viết về cách mà con người thường sống trong sợ hãi và cần sự kiểm soát để cảm thấy an toàn.

- Ông khuyến khích người đọc tìm kiếm một dạng tự do mà không bị ràng buộc bởi các yếu tố bên ngoài, từ đó tạo ra một cảm giác nhẹ nhõm và thanh thản.

Cảm xúc:

Đoạn này chạm đến nỗi lo âu nội tâm, khiến người đọc suy nghĩ về những ràng buộc mà họ tự đặt ra trong cuộc sống.

2. Quan sát bản thân

Krishnamurti nhấn mạnh tầm quan trọng của việc quan sát chính mình mà không phán xét. Ông cho rằng khi chúng ta nhìn vào tâm trí mình, chúng ta có thể nhận ra những cơ chế suy nghĩ và cảm xúc đang điều khiển hành động của mình.

***Cảm xúc:**

Cảm giác thức tỉnh và tự khám phá, như một cú sốc mạnh mẽ về việc nhận ra sự tự dối của bản thân.

3. Tình yêu và lòng từ bi

Tác giả mô tả tình yêu như một trạng thái tự do, không bị chi phối bởi sở hữu hay tham vọng. Khi một người yêu thương mà không có ràng buộc, đó là lúc họ trải nghiệm tự do thật sự.

Cảm xúc:

Đoạn này có sức mạnh gây chấn động, làm người đọc cảm thấy mối liên kết sâu sắc với người khác và khám phá chiều sâu của tình yêu mà không bị điều kiện hóa.

4. Thực tại và ảo tưởng

Krishnamurti phân tích cách mà con người thường sống trong ảo tưởng và những ý niệm sai lầm về thực tại. Ông cho rằng để tìm thấy tự do, con người phải thoát khỏi những ảo tưởng này và chấp nhận thực tại như nó là.

Cảm xúc:

Cảm giác hoang mang và tỉnh ngộ, buộc người đọc phải xem xét lại cách nhìn của họ về cuộc sống và sự thật.

Ảnh hưởng đến văn học nghệ thuật

- Chủ đề nội tâm:

Những đoạn văn này khuyến khích các tác giả văn học đi

sâu vào thế giới nội tâm của nhân vật, tạo nên những tác phẩm giàu cảm xúc và chân thật.

- Khám phá tự do:

Tư tưởng của Krishnamurti về tự do và sự giải phóng khỏi các ràng buộc xã hội đã truyền cảm hứng cho nhiều tác giả trong việc khai thác các chủ đề liên quan đến sự tự do cá nhân và cuộc chiến chống lại áp lực xã hội.

- Tình yêu không điều kiKhái niệm về tình yêu và lòng từ bi không ràng buộc đã ảnh hưởng đến nhiều tác phẩm nghệ thuật, khiến cho các tác giả tìm kiếm cách thể hiện tình cảm một cách sâu sắc và chân thành hơn.

Kết luận

"Tự do đầu tiên và cuối cùng" không chỉ gây ấn tượng mạnh mẽ với độc giả mà còn ảnh hưởng sâu sắc đến nhiều tác phẩm văn học và nghệ thuật. Những đoạn văn chạm đến cảm xúc đã mở ra những chiều sâu mới trong tâm hồn con người, tạo nền tảng cho sự sáng tạo nghệ thuật không ngừng.

HÀ NGUYÊN DU

HÀ NGUYÊN DU

Về tập tản thi của San Phi: "TIẾNG KHÓC CỦA SƯƠNG" - MỘT HÀNH TRÌNH ÂM THẦM

San Phi – người nữ sĩ trẻ với bút pháp *"tản thi độc sáng"* – không viết như ai, không chọn dễ dãi để chìu người đọc. Nàng tự chọn một con đường khúc khuỷu và mỏng như chỉ tơ: *con đường của "ẩn dụ xuyên tầng" – nơi mà mỗi từ là một mảnh linh hồn, mỗi hình ảnh là một tầng cảm thức, mỗi đoạn viết là một chiều không gian mở ra cho người đọc dấn thân.*

Tập hợp các đoạn tản thi: *"Tiếng Khóc Của Sương"*, *"Ngọn Núi Đào Hoa"*, cùng với các chương như *"Những Cánh Hoa Thời Gian"*, *"Ngày Sẽ Nắng"*... không đơn thuần là những văn bản cảm xúc.

- Đây là một thực thể nghệ thuật sống – nơi thiên nhiên, con người và ký ức chảy trôi trong hình thức tản thi giàu tính nhạc, thiền, và triết.

I. TẢN THI NHƯ MỘT HÌNH THỨC DUY CẢM TỰ DO

Khác với thơ truyền thống hay văn xuôi hiện đại, tản thi mà San Phi sử dụng là sự thả lỏng hình thức đến tận cùng để dồn tụ nội dung tới mức tối đa. Ở đó, không có biên giới rõ ràng giữa mô tả, biểu tượng, cảm xúc, và suy tưởng. Đó là thứ văn chương mà chỉ ai "**cảm**" mới đi vào được. Và một khi đã **chạm** được, thì *khó lòng rời đi.*

Câu mở đầu trong **"Tiếng Khóc Của Sương"**:

"Hạt sương long lanh, tan trên cành cây khẳng khiu, liệu có phải là nước mắt của mây, hay chỉ vì không muốn xa rời bóng đêm?"

- Là một khởi điểm hoàn hảo cho mọi tầng suy tưởng: t***hiên nhiên hóa cảm xúc, cảm xúc hóa hiện hữu, hiện hữu hóa thành thi ca.*** *Bốn dòng nhưng như một trục xoay của tồn sinh: cái đẹp, cái buồn, cái tan biến, và sự khước từ ánh sáng.* Chính trong sự mong manh của sương mà San Phi dựng lên cả một thế giới những linh hồn không chịu rời bóng đêm – không phải vì tuyệt vọng, mà vì đó là chốn trú ẩn cuối cùng của bản thể.

II. NGỌN NÚI ĐÀO HOA – MỘT THI GIỚI KHÁC

Ở "*Ngọn Núi Đào Hoa*", San Phi không chỉ là người viết, mà là kẻ mộng du thi cảm. Văn bản không còn nằm trong hệ quy chiếu thông thường của không gian hay thời gian. Nó mang tính vọng tưởng, nhưng không phải để mơ mộng, mà để tái lập một không gian nơi người và thơ, người và người, người và cái Tôi siêu hình, giao thoa và va chạm.

Chất thơ trong đoạn như nạm ngọc ẩn dụ:

"Ánh nhìn tê tái thiên di / Hoa rơi bóng ngả truyền kỳ sơ khai / Như đem men ủ cánh môi / Sương tràn hân thưởng dậy mùi hương xanh"

Ngôn ngữ ở đây không chỉ là công cụ, mà là thực thể sống. Nó hít thở, nó biến hình, nó quyến rũ, nó ám ảnh. Cảm xúc yêu đương ở "Ngọn Núi Đào Hoa" không phải là cảm xúc một chiều – mà là đối thoại giữa cái tôi hiện sinh và cái tôi vô thức. Tình yêu ở đây vừa huyền ảo vừa trần thế, vừa chạm được vừa trôi tuột, vừa là hiện tại vừa là tiền kiếp.

III. THIÊN NHIÊN HÓA HỒN NGƯỜI

Điểm đặc sắc nhất trong văn chương của San Phi là nàng không nhân cách hóa thiên nhiên, mà ngược lại: ***thiên nhiên chính là chủ thể cảm xúc.***

Sương không chỉ là nước, mây không chỉ là nền trời, núi không chỉ là vật thể đứng yên. Tất cả là "người" – biết thở, biết yêu, biết khóc, biết nhớ. Và con người trong tản thi của nàng, đôi khi chỉ là cái bóng thấp thoáng giữa những chủ thể thiên nhiên ấy.

IV. VĂN PHONG: NGÔN TỪ NHƯ LINH THỂ

San Phi dùng chữ như thêu hoa trên lụa. – không ồn ào, không phô trương, nhưng từng chữ đều chạm đúng nơi cần **chạm.** *Đó không còn là viết nữa, mà là một nghi lễ ngôn ngữ. Từng nhịp, từng lớp chữ mở ra như cánh sen hé nở, dẫn dắt người đọc vào một cõi riêng – nơi cái Đẹp không nằm ở hình thức, mà nằm ở tầng cảm xúc thứ ba, thứ tư, xuyên tầng.*

Nàng dùng nhiều so sánh hóa, nhiều chuyển đổi cảm giác, và đặc biệt là ẩn dụ liên kết, ***cộng vơi thuật dùng uyển ngữ*** *– một hình thức thi pháp đòi hỏi trực cảm mạnh và sự kiểm soát ngôn từ tuyệt đối.*

V. KẾT

Nếu gọi thơ là tiếng nói của linh hồn, thì *tản thi của San Phi là tiếng vọng vọng lại của linh hồn trong vòm trời ký ức.*

"Tiếng Khóc Của Sương" không phải một tập thơ. *Đó là một hiện hữu – rất mỏng, rất im, nhưng rất thật.* Và chính sự **"âm thầm"** ấy là cách nó *hiện ra rực rỡ nhất.*

Đọc San Phi, không chỉ để hiểu.
Đọc San Phi là để tự soi thấy mình – một cách dịu dàng và đầy ám ảnh.

Bài viết này:

- Gắn kết các phần tản thi thành một chỉnh thể tư tưởng và thi pháp.
- Nêu bật phong cách "*ẩn dụ xuyên tầng*" đặc trưng của San Phi.
- Khai hóa các tầng phân tích: thi học, triết lý, cấu trúc ngôn ngữ, và mỹ học.

HÀ NGUYÊN DU
hăm ba tháng mười / hăm lăm

SAN PHI

Phần Một
Tiếng Khóc Của Sương

“Hạt sương long lanh, tan trên cành cây khẳng khiu, liệu có phải là nước mắt của mây, hay chỉ vì không muốn xa rời bóng đêm?”.

1205251533

Phần Hai
Những cánh hoa thời gian

“Tường ơi, anh có thể cho em mượn đôi vai không? Em mệt mỏi trong bóng tối cô đơn, thiếu vắng ánh mặt trời, chỉ muốn tan chảy vào anh, kể về những tháng ngày đã một mình gồng gánh.”

0805250330

Phần Ba
Ngày Sẽ Nắng

“Đời không còn e ngại nắng mưa, vì hạnh phúc chẳng ở đâu xa, mà ở ngay nơi tâm hồn. Viên đá cuội cũng biết lặng nghe bình minh, để mỗi ngày trôi qua đều là một lần sống trọn vẹn.”

1005250452

Phần Bốn
Ngọn Núi Đào Hoa

Hình như ta lạc vào thập lý đào hoa!

Những cánh hoa trần hồng điểm rơi, ta như vừa uống cạn men say, thẫn thờ. Cảm xúc lắng lại khi ta bắt gặp dòng chữ dậy hương...

Ồ, không phải dòng chữ, mà là những bí ẩn vọng manh tương thức, một nỗi niềm bâng khuâng lãng đãng hiện hữu. Một khu rừng hoang dã, niềm sung sướng tuyệt vời như ta đã từng dạo bước. Như ta lạc giữa hương xưa, được gặp lại mình của hàng triệu năm cách biệt...

Anh - và - Ta, nén chàng lạc trong hoa, là cuộc tình ước hẹn truyền kiếp chăng?

Ta đã đi qua bao mùa mưa nắng, gió lả lướt trực chờ, nhưng nào đủ sức mạnh để có thể lay động cánh hồng nhan.

Xuân - Hạ - Thu - Đông, ta đã đi qua nửa chừng xuân, đã qua nửa dòng đời đơn lẻ.

Anh là ai?

Nửa vùng trời xa kia. Ôi, ngọn núi trùng điệp cao sừng sững uy nghiêm. Ta bắt gặp ánh mắt trầm u uẩn khúc, như có phép màu. Đôi mắt cuốn hồn ta giữa vạn ngàn, xuyên thủng một vùng trời bao la rộng lớn.

Ánh nhìn tê tái thiên di
Hoa rơi bóng ngả truyền kỳ sơ khai
Như đem men ủ cánh môi
Sương tràn hân thưởng dậy mùi hương xanh

Một kiếp mai, tràn dâng niềm vui sướng khó tả khi ta gặp anh. À không, như ta gặp lại mình. Lòng ta tràn trề khắp khởi, diệu kỳ như điệu múa ba lê mềm mại, và vỡ òa sâu lắng trong trái tim. Ta đã nhập vào anh tự bao giờ?

Anh là ai?

Một cái cười, một ánh nhìn, những hạt tim vô hình. Phục sinh. Lần gặp gỡ định mệnh, ta ngẫm lại, anh không có gì đặc biệt. Tại sao, tại sao, va vào anh, va ánh mắt ấy, đôi môi ấy, nụ cười ấy, lặng lẽ ngấm sâu trong trái tim. Nỗi vương vấn theo ta đến từng giây, từng phút, ngất ngây cồn cào. Ta cảm nhận ánh mắt kia sẽ theo ta đến hết cuộc đời.

Ta gặp được anh từ những dòng thơ ngập tràn xúc cảm, da diết tình yêu thương thi vị, từ câu hát vần thơ cát bụi phong trần. Trong những giấc mơ ta như lạc vào vườn hoang sơ màu diễm tuyệt. Anh toát lên vẻ lịch lãm tao nhã, pha chút nghiêm trầm, cũng có lúc hài hài vui vui. Hòa nhập vào chữ của anh như lạc vào mê trận. Những con chữ nhún nhảy biết nói: "cành khô cũng biết nở hoa".

Có lẽ, tâm hồn anh thánh thiện, nên chữ nghĩa anh tỏa hương diệu kỳ, mãnh liệt cuốn hút đến lạ thường. Trong cái nhẹ nhàng mà cao thâm sắc sảo, hư ảo của cái mênh mông huyền bí, phẳng lặng mà trào dâng. Những huyền nhiệm trong từng chữ, nét đẹp thuần khiết dậy sóng một vùng trời mênh mông vô tận, len lỏi vào tim ta.

Từ sâu thẳm những giấc mơ nồng nàn, và ta đã nhận ra: Những ngày không anh ta như chưa từng biết sống, ta chưa từng biết hương trăng tình. Màu đại dương rêu xanh của biển, ta đi tìm một nửa, và chính là anh, không thể nhầm lẫn với một ai khác. Anh là mảnh ghép cuối của cuộc đời. Ta cảm nhận rất nhiều hương vị tình yêu, những giọt sương long lanh tinh khiết, đọng lại trên từng cánh hoa ướt mềm. Anh đã lấp đầy khoảng trống trong tim ta, mà bất kỳ ai cũng không làm được. Là phép màu chăng?

Thế nhưng, sao vẫn ngỡ ngàng với những điều tưởng chừng tốt đẹp? Đôi khi niềm hạnh phúc lớn nhất chẳng thể đến được dễ dàng, vẫn mong manh trong cái nắm, buông, được, mất. Hạnh phúc tột cùng rồi đau thương tột độ. Trong cái vỡ ối thiêng liêng vẫn còn chịu những vết cắt vô hình. Điệu múa ba lê mềm mại dịu dàng và êm dịu tuyệt vời đến thế, thì những va vấp sau bức rèm nhung cũng chẳng thể hiền hoà.

Tình yêu thương núi đồi vẫn mãi sống trên cây trời xanh biếc. Mầm sống trong anh, trong ta, trong tim và khối óc. Những tảng mây thay đổi, khi gió bay ngang xé rèm. Những trận mưa, đi qua những ngày nắng. Những cuộc gọi nhỡ đọa đày trầm tích, trong cái xót xa, hay những khuyết trăng khóc cười, với dòng đời ngược xuôi. Ta vẫn nhận ra lòng mình, ta vẫn nhận ra ở đâu đó một ánh nhìn, hiện hữu bên ta. Tìm trên nét bút trào dâng nguồn run cảm, tận cùng trái tim yêu thương không bao giờ chết.

Và rồi, giữa dòng đời, những cánh bướm tìm hoa, ánh sao lấp lánh choàng ươm lấy bầu trời đêm, vẫn không ngừng xoay chuyển theo quy luật tự nhiên. Và rồi, giữa dòng người, ta được gặp lại anh. Anh của hôm nay, của kiếp mai, của những ngày trong ta, những ngày không ta. Trong tuần hoàn trái đất vỡ òa trong nỗi nhớ, trong tình yêu thương lặng thầm chờ đợi, thì thế nào cũng dịu dàng, cũng trong xanh. Bởi trong ta, trong anh, luôn chất chứa tàng trữ một tình yêu thương vô bờ, những nhớ thương da diết trong huyền u uẩn khúc.

Phải thế không anh?

Ngọn lửa sẽ bừng lên rực trời, trên khóm tàn tro, từng giờ vẫn âm ỉ. Những bọt trắng pha lê vỡ tan cao trào trong nhau, thiên đàng mà ta và anh đã vẽ, khẽ ghi lên từng con chữ, hút chặt như sóng từ trường. Ta vẫn hẹn trên cung đường yêu thương, quyến rũ trên câu hát, phiếm đàn, nến sáng lung linh, vỡ òa trong niềm hoan lạc, niềm đam mê ngây dại thiết tha qua ngòi bút. Qua những vợt hờ xuyến xao, trầm lắng, rồi bất chợt sẽ thăng hoa tột cùng.

Thì có xá gì gợn sóng lăn tăn, những tảng đá rêu xanh? Hoa vẫn nở, lá vẫn xanh, bốn mùa vẫn hiện hữu. Ta chợt nhận ra rằng, còn anh, còn ta, còn nhìn thấy nhau đã là niềm hạnh phúc lớn lao. Dù xa hay gần, anh vẫn hiện diện sống, vẫn cười nói, vẫn làm việc và sẻ chia. Anh vẫn còn bên ta, ngắm nhìn ta từng ngày, chia sẻ cùng ta trong lặng lẽ. Mềm mại dịu dàng từng bước đi thầm lặng, tuy giản đơn bé nhỏ, nhưng đủ ấm áp trên đoạn đường riêng ta.

Thời gian vẫn cứ vô tình lướt qua, hai phương trời hai đoạn đường xa cách. Ta vẫn tự trấn an, vẫn tự xoa dịu từng giây. Ta và anh vẫn chung nhịp thở, chung bầu trời. Trong trí nhớ, vẫn vương vấn hình ảnh. Trong tim, nhựa liên kết trào, tìm về cõi trăm năm tương thức. Nhưng hà cớ gì, những giọt nước mắt vẫn cứ lăn dài trên má. Ta khóc, trong niềm nhớ thương da diết, nhớ đến cháy lòng. Một tâm tư chất chứa nghẹn ngào, khi ngắm nhìn anh, thân quen mà như dần xa, dần xa lạ. Trong cái thinh không bất thế lạc loài tuôn manh vọng, trong cái ảo diệu trào dâng lên miền thân thiết. Những dấu xưa ùa về trìu mến, thiết tha. Ta cứ ngậm ngùi thiền lắng lại. Khu rừng bí ẩn kia... Phải chăng là mơ?

Giữa cái huyền nhiệm và thật sao ngày càng mong manh quá. Dòng đời hờ hững trôi qua sự dịu dàng trên khuôn trăng, màu da tuyết, trắng mỹ miều, ngọn tóc bồng bềnh huyền hồ. Thời gian vô tình lướt trên từng sợi thuyền neo đậu, bến đợi chờ mà thuyền mãi lênh đênh. Thời gian lướt qua, cánh hoa rồi sẽ phai tàn nhụy hương, ủ hương chuyến trăng kể, đôi ngọc say vương. Và rồi tận cùng phiến tim ta vọng thốt lên: Là anh, và chỉ có thể là anh, sơn phòng xuyên luồn hư không dĩ tuệ, cánh rừng đang trở mình già. Mỗi một cánh lá rơi, ta thấy lòng mình rõ hơn những hoang mang trào vương hình bóng, âm khúc lá rủ. Hình như lạc vào cõi thinh không huyễn hoặc.

Và rồi, ta vẫn luôn tự hỏi: Có phải thế chăng, anh sẽ theo ta từng bước đến cõi vô hình?

Ta yêu anh từ nụ mầm kiêu sa cánh hồng lạc lạc, bước gập ghềnh qua từng luống xanh, băng qua những ngọn đồi thu phong cưỡi trong đường mộng phiêu du "ân điển". Sẽ tái sinh một cuộc tình. Ta nguyện mãi yêu anh, yêu đến đất trời hồi sinh vạn vật trời đất dung hòa. Ta run hồn lặng lẽ từng nhịp hoàng sơ, ở nơi chỉ hiện hữu tình yêu thương vô tận. Nơi mây trời lắng đọng thật bình yên, có anh tình yêu "trời định" sẽ bước cùng ta ở cuối con đường.

San Phi
1309232025

LÂM BĂNG PHƯƠNG
DẤU CHÂN TRÊN ĐỒI CÚC HOẠ MI

Tháng mười một cúc họa mi trong nắng
Quấn quýt nhau thành thảm gấm lụa hoa
Em tạo nét tinh khôi mùa đông trắng
Vin vào em tôi mơ tuổi ngọc ngà.

Tháng mười một yêu sao yêu đến lạ
Dáng dịu dàng nền nã giữa thanh lương
Em e thẹn nép vào nhau xinh quá
Cùng vươn vai ngửa mặt giữa đời thường.

Tôi yêu lắm cánh hoa mong manh ấy
Chịu nắng mưa chẳng ngại gió sương sa
Em nhỏ bé mảnh mai trông nhàn nhã
Sống hồn nhiên cởi mở thật hiền hòa.

Hôn môi em từ giã lúc chiều tà
Bình yên nhé nơi đồi hoa phố núi
Chắc em nhớ bàn tay chìa vẫy gọi
Cao nguyên buồn còn in dấu chân tôi.

LÂM BĂNG PHƯƠNG

TRẦN DANH THÙY
NHỮNG THI SĨ TIỀN BỐI CỦA PHONG TRÀO THI CA LÃNG MẠN...

Một trong những kỷ nguyên ấn tượng trong lịch sử thơ ca mà chúng ta phải kể đến là Phong trào Lãng mạn. Từ cuối thế kỷ 18 đến đầu thế kỷ 19, một nhóm nhà thơ đã tạo nên một 'làn gió mới' trong khuynh hướng cảm thụ văn học, gạt qua một bên những phong cách sáng tác trước đó và có hương vị của một nền nghệ thuật thú vị và mạnh mẽ sống với chúng ta đến tận bây giờ.

Năm nhà thơ tiêu biểu, những 'cây đại thụ' của phong trào phải kể đến là William Wordsworth, Samuel Taylor Coleridge, George Gordon Byron, Percy Bysshe Shelley và John Keats. Sức mạnh của những tác phẩm của họ tiềm ẩn trong năng lực tưởng tượng của họ. Thực ra, khả năng sáng tạo mới là sự đóng góp chính yếu nhất của những thi sĩ của phong trào Lãng mạn. Dù khác nhau về cung bậc của xúc cảm và sự phô diễn, mỗi bài thơ của họ đều có thể 'vẽ' nên những hình ảnh và ảo ảnh đặc sắc. Thế giới tự nhiên, thần thoại và xúc cảm là nguồn cảm hứng và được các nhà thơ dùng để tự 'khám phá' mình.

Cuộc đời của các nhà thơ thuộc trường phái Lãng mạn thường 'chồng chéo' những bi kịch. Byron ra đời ở Luân Đôn năm 1788. Sau đó, gia đình ông dời tới Aberdeen nơi ông được dưỡng dục cho đến khi ông kế thừa vị trí của gia đình trong tu viện Newstead ở Nottinghamshire từ một người chú bác. Ông tốt nghiệp Đại học Cambridge năm 1808. Năm sau, ông tạm biệt Anh quốc để lên tàu đi chu du Địa Trung Hải. Trong chuyến đi, ông say mê Hy Lạp, nơi ông nằm xuống năm 1824. Ông đến Thụy Sĩ năm 1816, nơi ông được giới thiệu với Shelley.

Shelley được sinh ra trong một gia đình giàu có năm 1792. Ông đi học ở Eton rồi học tiếp lên Oxford. Shelley bất hạnh ở Anh: lối sống 'đầy màu sắc' và những niềm tin dị giáo đã khiến ông không được giới quyền uy của đất nước này 'ưa thích'. Năm 1818, ông bỏ sang Ý, nơi ông hội ngộ với Byron. Thế nhưng, tình bạn giữa hai người đã kết thúc đau đớn vào tháng Bảy năm 1822 khi Shelley bị chết đuối bởi một vụ đắm tàu ngoài khơi bờ biển Ý. Trong một nghi thức đầy kịch tính, xác của Shelley được hỏa táng trên bãi biển trước sự chứng kiến của một nhóm bạn, trong đó có Byron.

Về phương diện lịch sử, Shelley và Byron được coi như là những nhà thơ lãng mạn cấp tiến và cực đoan nhất. Trái lại, Wordsworth, nhà thơ đã nhận được bức tượng của Thi sĩ Laureate năm 1843, là hiện thân của một tính cách hài hước và dễ chấp nhận. Ông sinh năm 1770 tại Cockermouth, Cumbria. Bố mẹ ông mất lúc ông còn thơ. Khi bắt đầu lớn lên, ông ham mê chuyện viết lách.

Năm 1798, Wordsworth xuất bản một tập thơ sáng tác chung với Coleridge, người ông gặp gỡ trước đó vài năm khi ông định cư ở Somerset với chị Dorothy của ông. Ông kết hôn năm 1802 và theo dòng thời gian, ông từ bỏ những quan điểm chính trị lỗi thời và trở thành nổi tiếng với xã hội đương thời. Thật vậy, khi vĩnh biệt cuộc đời vào mùa xuân năm 1850, ông đã trở thành một trong những nhà thơ được 'săn lùng' nhất của thời đại ông.

Wordsworth đã sống mấy năm tại Dove Cottage ở Somerset với bạn bè và bạn thơ Coleridge. Coleridge chào đời ở Devon năm 1772. Ông là một học giả trẻ xuất sắc nhưng không sáng tác nhiều như những thi sĩ Lãng mạn bằng hữu. Năm 1804, ông đi lính ở Malta 3 năm. Trở về, ông ly thân với vợ và đến sống với gia đình Wordsworth. Tại đây, ông đều đặn xuất bản một tạp chí định kỳ.

Thường xuyên ốm đau bệnh tật, Coleridge chuyển về London. Năm 1816, ông đến sống với một bác sĩ và gia đình cho đến khi qua đời năm 1834. Những năm sau đó, thơ ông bị lãng quên vì những hình thức sáng tác mới.

Có lẽ Keats là nhà thơ gặp nhiều bi kịch nhất trong số những nhà thơ Lãng mạn. Keats sinh ra ở London năm 1795. Như Wordsworth, ông mồ côi từ thuở thiếu thời. Ông học bác sĩ giải phẩu và hoàn tất việc học năm 1816. Thế nhưng, thi ca mới là niềm đam mê thực sự của ông và ông quyết định dấn thân vào sáng tác. Ốm đau liên miên, sức khỏe Keats kiệt quệ vào đầu năm 1820. Biết mình đang chết dần, tháng Chín năm đó, Keats dời về Rome, hy vọng khí hậu dễ chịu ở đây có thể giúp mình qua khỏi. Keats chết vì bệnh lao phổi tháng Hai năm 1921 ở tuổi 25.

Phải nói rằng bi kịch thường là 'bạn đồng hành' với những nghệ sĩ thiên tài xuất chúng. Chúng ta chỉ có thể tự vấn chuyện gì sẽ xảy ra nếu họ đều sống đến già? Dù không hưởng thọ, tuy thế, có lẽ Byron, Shelley đều đã sống vui như Wordsworth: Sự đóng góp của cả 5 nhà thơ cho thi ca là không thể kể xiết. Họ mang đến cho chúng ta những khái niệm về chủ nghĩa cá nhân và khả năng sáng tạo – tức chủ thể sáng tạo, cho phép chúng ta khám phá những cách nhìn riêng về cái đẹp chân thực. Vì thế, ngày nay, chúng ta không còn phải bị trói buộc bởi những suy tưởng và sáng tác theo những định kiến của xã hội đã lỗi thời nữa.

TRẦN DANH THÙY

Dịch từ IELTS FOR ACADEMIC PURPOSES

NGUYỄN AN BÌNH

KHI TRÚ DƯỚI HIÊN MƯA

Phải chăng suối tóc mềm hơn lụa
Nên giấu tình tôi tận cuối ngày
Đi suốt dốc tình chân đã mỏi
Hạnh phúc chia lìa em có hay.

Những cây dù tím bên thủy tạ
Nhớ dáng ai ngồi in bóng gương
Long lanh hạt lệ mùi sương sớm
Se bàn tay lạnh để nhớ thương.

Trại Mát em về hay Đức Trọng
Vườn hồng bói quả có biết chăng
Thơm ngực thanh tân vừa chín mọng
Cắn ngập môi người nhựa sắp căng.

Vạt nắng chiều buông làn khói mỏng
Liễu rũ mềm vai xuống mặt hồ
Rơi theo những mùa hoa phố núi
Lời hẹn nào đẹp giấc mơ hoa.

Những câu chuyện kể còn chưa hết
Chuyến xe thổ mộ đã về chưa
Rong ruổi một đời sao quá mệt
Thôi đành ngồi ngắm dưới hiên mưa.

Lạc bước tôi về quên quán trọ
Buông tay nhau dốc núi sương mù
Suối tóc mượt mà chưa kịp nhớ
Đã bay vèo vào cõi thiên thu.

NÓI VỚI CÂY THÔNG CÔ ĐƠN*

Bao giờ bao giờ thế
Đứng trên đồi cô đơn
Mỗi chiều qua lặng lẽ
Còn nỗi buồn nào hơn.

Đêm xạc xào với gió
Ngày đồng hành cùng mây
Mây bay ngàn năm đó
Gió dỗi hờn chia tay.

Một mình thông đứng hát
Giữa ngàn hoa chập chờn
Nước hồ xanh biếc mắt
Soi bóng cùng hoàng hôn.

Sương giăng mù khắp lối
Nắng lên đồi cỏ hồng
Một ngày đi không tới
Em còn đợi hay không?

Đêm bập bùng ánh lửa
Chờ sáng đón săn mây
Bồng bềnh phơi áo lụa
Ngập ngừng sương khói bay

Xa rời xa thành phố
Không còn ai lang thang
Chỉ còn em ở lại
Cô đơn giữa đại ngàn.

---

*Cây thông cô đơn: Được phát hiện bên hồ Đan Kia-Suối Vàng, thuộc khu Ankroet, xã Lát, Huyện Lạc Dương, Thành phố Đà Lạt, tỉnh Lâm Đồng

NGUYỄN AN BÌNH

NGUYỄN HỒNG LINH

1.
THU SẦU

Tháng Mười gió gọi khô cành
Đêm thu gợi nhớ sương mành ướt vai
Lá rơi xào xạc gót hài
Heo may giá lạnh tóc dài buông hương

Ái ân sao vẫn vấn vương
Tim yêu lạc nhịp hồn thương dại khờ
Thu sầu con nhện giăng tơ
Mưa thu giăng lối xa mờ chênh chao

Em đi, anh ở nghẹn ngào
Chỉ còn kỷ niệm ngày nào nhớ nhau
Anh đem thu đến úa màu
Em về hụt hẫng lòng đau đợi chờ

Dòng sông chia nửa đôi bờ
Bên bồi bên lở... bơ vơ tháng ngày
Em về nhặt lá vàng bay
Nghiêng chao dáng ngọc đêm say lỡ làng

Hương xưa rồi cũng phai tàn
Gió ơi! Gửi đến nhân gian mấy lời
Gửi tình em, dạ rối bời
Yêu anh một giấc mộng đời thiên thu.

NGUYỄN HỒNG LINH

NGUYỄN HỒNG LINH

2.
CHO NHAU MÙA THU

Mùa thu sang vàng câu yêu thương
Ta lang thang trên đường hương xưa
Thu lao xao gom mùa đêm mưa
Nghe hương quê xa đưa bên thềm

Con tim ơi tơ vương ru êm
Cho nhau đi yêu thêm môi xa
Ngàn thông reo lung linh thu ca
Đôi uyên ương ngân nga thu vàng

Tay trong tay duyên ta yên an
Tình lên ngôi mênh mang như thơ
Bờ mi ngoan em tôi vương tơ
Tình trong xanh ru mơ thu mời

Đời reo vui đêm xuân đôi mươi
Ngày dâng trao môi cười chiêm bao
Nồng nàn say phiêu linh trăng sao
Cung đàn buông xôn xao mây ngàn.

NGUYỄN HỒNG LINH

NGUYỄN MINH TIẾN
YÊU NHÉ NGHE EM

Cánh cửa này anh khóa chặt từ lâu
Nay bổng mở ra, và em là duy nhất
Bước vào lòng anh ngọt ngào chân thật
Em hữu hình, anh ngây ngất mùa yêu

Mình yêu nhau đi , anh thích em nhiều
Thích nét cười em, ngô nghê, dể mến
Thích lún đồng tiền, ánh nhìn lơ đễnh
Giọng nói hiền, dáng vóc dể coi

Yêu nhé nghe em, yêu mỗi anh thôi
Yêu cho phố đêm ánh đèn không lẻ bóng
Yêu cho tâm hồn mở rộng
Ngày mới về , ấm áp chung đôi

Yêu nhé nghe em, yêu mỗi em thôi
Anh nguyện là sao đêm vì em lấp lánh
Là áo len khi trời trở lạnh
Là điểm tựa vững vàng, vượt mọi gian nan

Yêu nhé nghe em, chớ có hoang mang
Hãy để chàng ngốc là anh nhìn em hạnh phúc
Dẫu cuộc đời, có trăm ngàn bến đục
Anh sẽ siết chặt tay người, đến lúc già nua.

NGUYỄN MINH TIẾN

NGUYỄN MINH TIẾN
TÌNH YÊU VÀ CHỊ

Đã có lần tôi lỡ yêu em,
Người con gái tôi vẫn thường kêu chị
Muốn ở bên em đêm ngày thủ thỉ
Kể chuyện trời, chuyện đất, chuyện yêu đương

Đã có lần tôi trót vấn vương
Hình bóng ấy, giọng cười ngô nghê ấy
Em ở ngoài kia, kiên cường là vậy
Nhưng với tôi, em yếu đuối khôn cùng

Đã nhiều lần, cứ ngại ngại ngùng ngùng
Mà không thốt nên lời câu ngỏ ý
Bẵng một thời gian, chị vẫn còn là chị
Và tương tư, vẫn chỉ một mình .

NGUYỄN MINH TIẾN

TRẦN THÀNH NGHĨA

KHI TA KHÔNG CÒN NÓI VỀ NHAU NỮA

Có nhất thiết ta nói về nhau
Khi bàn tay thôi nắm
Sau cơn mưa đi qua
Bừng lên nắng ấm…

Khi không còn nói về nhau nữa
Những kỉ niệm sẽ đi về đâu
Nát nhàu trong ta
Nụ hôn có ai nhắc nhớ?

Khi không còn hướng về nhau nữa
Nỗi đau có như làn khói
Tan vào mây trắng
Và để gió cuốn đi?

Riêng ta, xin nhận về mình
Những lỗi lầm xưa cũ
Riêng em, như cánh chim trời
Bay đến chân trời xa thẳm…

TRẦN THÀNH NGHĨA

TRẦN THÀNH NGHĨA
BÃO NẮNG

Em như cơn "bão nắng"
Trói tim anh đợi chờ
Hạt mưa tình rơi xuống
Nhú mầm xanh non tơ!

Hơn là cơn "bão nắng"
"Cháy" nỗi nhớ đi tìm
Mà em thì vẫn thế
"Nắng" cả ngày lẫn đêm!

Thôi cứ là "bão nắng"
Giữa mùa hanh khô thôi
Đừng làm anh chết lặng
Đợi hạt mưa đất – trời!

Cuối cùng thì "bão nắng"
Cũng chỉ là nắng thôi
Khi chìa tay ra nắm
Bất ngờ, hạt mưa rơi…

TRẦN THÀNH NGHĨA

HỒ XOA

Khúc hồi tưởng đôi mươi

(Cuối cùng)

Người đi từ dạo tôi về
Đội vai rơi rụng hẹn thề hai tay
Tật nguyền lá rụng sương bay
Nghe thương tích cả tháng ngày phù dung
Ngu ngơ đến mức lạ lùng
Hoang vu thế giới chập chùng
Tôi đi...
Trụi trần da thịt man di
Từ tâm chín đẫm xuân thì đa mang
Lưng mang gạch vỡ Địa đàng
Càn Khôn tám quẻ hai hàng rưng rưng...

HỒ XOA

LÊ KHÁNH NHÂM

CHUYỆN TÌNH DANG DỞ

Hà Nội mưa phủ sân trường
Anh và em bước chung đường tuổi hoa
Ngày xanh thầm lặng trôi qua
Tim chưa ngỏ hết đã xa mất rồi

Ra trường mỗi đứa một nơi
Em theo lời mẹ, anh thời vâng cha
Lối về chẳng nhặt bóng ta
Chỉ còn kỷ niệm nhạt nhòa mùa thi

Em ôm tháng nhớ năm si
Mắt rưng đứng ngóng những khi trở trời
Chân anh qua mấy lối đời
Vẫn mang bóng dáng một thời bên nhau

Thư chưa kịp gửi lần đầu
Tình chưa kịp chín đã sầu biệt ly
Hẹn thề rụng giữa xuân thì
Ngỡ rằng gần lắm, hóa vì quá xa

Anh ơi, mình lỡ duyên hoa
Trao người số kiếp, giữ ta muộn màng
Hà Nội lay gió mơ màng
Em mang thương nhớ lang thang giữa đời.

LÊ KHÁNH NHÂM

...

LÊ KHÁNH NHÂM
CHỜ NHAU

Váy chàm lưng núi
Then vọng bên đồi
Em buông tiếng hát
Lá rừng nghiêng môi

Chàng người Nặm Cắt
Mắt tựa Ba Bể
Lội qua sương sớm
Đến lời em thề

Tay đeo xà tích
Đá nặng như tình
Áo chàm chưa nói
Lửa rừng đã tin

Pé Lèng trôi chậm
Chở bóng hai người
Cây im, chim lặng
Chỉ sóng là đôi

Dẫu sau bão giông
Lòng còn nhau đó
Chết hóa đá đứng
Giữa hồ chờ nhau.

LÊ KHÁNH NHÂM

NGƯỜI SÔNG HẬU
EM NHƯ TIA NẮNG MẶT TRỜI

Em là tia nắng mặt trời
Xua tan mùa đông lạnh giá
Đốm lửa sưởi ấm lòng người
Những ngày bão dông sóng cả.

Miền Trung mưa gió trắng trời
Nước dâng tràn cùng lũ quét
Giữa dòng lốc xoáy trùng khơi.
Dáng em nhỏ nhoi đến lạ.

Co ro dầm trong mưa lạnh
Trở trăn em lại lên đường
Mang theo tình yêu cuộc sống
Đến cùng bão lũ tai ương.

Tôi tin trái tim nhân hậu
Trong lòng cô gái bao dung
Giữa những lòng người bẩn chật
Hướng về đất khổ miền Trung.

Tôi mơ giấc mơ tuyết trắng
Chấp thêm đôi cánh thiên thần
Những ngày sống trong rốn lũ
Cùng bao phận đời mỏng manh.

“Mẹ ơi! sao làm người tốt?
Con gái mẹ đã lớn rồi
Hạnh phúc sống vì kẻ khác
Yêu thương đến với mọi người.”

NGƯỜI SÔNG HẬU
...

LINHCT

LÁ ĐỔ THEO MÙA

Thân đau, mệt mỏi rã rời
Hồn như lá úa nằm phơi cuối mùa
Buông lòng nhẹ tựa vần thơ
Xem đời như lá cũng vừa hết xanh

Hôm nao neo đậu trên cành
Nghe chim ríu rít, vờn quanh nắng hồng
Gió đùa bẽn lẽn thầm mong
Sương non chớm nở giọt nồng nàn yêu

Bây giờ mây ngả bóng chiều
Mình không mang nổi liêu xiêu cợt đùa
Ta ngồi đếm tuổi nắng mưa
Đếm thương đếm nhớ, đủ vừa đớn đau

Đếm đêm ngày hóa bạc đầu
Đếm trăng lẻ bóng, bể dâu có còn?
Thân ta còn chẳng sắt son
Trông chi hẹn ước sớm mòn, tối phai

Khởi sinh một tấm hình hài
Ngày tàn theo gió bụi bay khắp trời
Bao nhiêu duyên nợ trên đời
Cũng tan như sóng trôi rời bến xưa

Lặng nghe lá đổ theo mùa
Thấy đời cũng chỉ như vừa thoáng qua.

LINHCT

PHẠM MINH HIÊN

SA MẠC TRẮNG

Sa mạc trắng,
nắng thiêu cát bỏng
Có cây nào nhú nổi mầm xanh
Chúng ước ao từng làn gió mong manh
Chúng khao khát từng lạch mầm nước mát

Cứ mong mỏi,
cứ đợi chờ da diết
Cứ tháng ngày cát trắng mênh mông
Vẫn tháng năm nắng rát thiêu nồng
Mầm vừa nhú lại héo tàn đi mất

Ôi! Sa mạc
mảnh đất cằn khắc nghiệt
Chẳng cây nào nhú nổi mầm xanh
Cả cuộc đời em đã gởi vào anh
Mảnh đất ấy, sa mạc cằn cát trắng …!!

PHẠM MINH HIÊN
(Xuân Hoà, Vĩnh Phúc)

BỈ HAO

Hồng tàn

Chiều nghiêng,
cánh hoa e ấp cúi đầu
dáng mỏng manh giữa làn hơi thở cũ.

Hương phai,
giấc mơ lặng đi lẽ rơi rời
ai, níu nổi?

Cánh hồng buông,
không tiếc màu thắm
gió thở dài
hoa cúi chào đất mẹ.

Chạm đất,
chẳng âm vang
cánh tan
ru vào quên lãng

Một đời nở,
một lần tàn
vuốt ve ký ức rơi rụng
trong im lìm.
Đủ đẹp.

BỈ HAO

SAN PHI
HOA NẮNG

Hạt thơ rướn mình vào bình minh
Trổ rực hồn mơ dậy đóa tình
Đêm trăng trải vàng sợi tình khát
Từ tên anh nở nụ thời gian

Xếp anh vào rượu say mèm mắt
Uống từ em hương nhụy mộc miên
Anh hấp hối lần từ ký tự
Khúc tâm thiền vượt ngàn cõi mê

Trắng như sương nụ em mảnh mai
Nở quỳnh tương cho mắt ai say
Như trăng tròn sáng lên bút kẻ
Dấu son môi lần thức cúc cài

Hương của trăng là hương của em
Thổn thức cùng đêm đến muộn màng
Ngày của yêu và đêm của mơ
Đến trạm dừng khẽ gọi nắng tan

SAN PHI.

SAN PHI

TINH TƯƠM. MẢNH RỜI

Làm sao để mây ngừng trôi
Trên không ngừng gió núi đồi đừng cao
Để em hứng nắng hái sao
Buộc thương vào nhớ đem trao gởi người

Nhìn mây đơn lẻ hoa rơi
Tìm trong giấc ảo một trời yêu thương
Yêu anh, em dệt cung đường
Để em thức giữa chương xanh hẹn chờ

Rồi đây ký ức trang thơ
Mùi trăng khát mỗi rót chờ nơi xa
Nắng vàng say mộng mơ hoa
Trên môi ngực ấm cùng hòa quyện say

Gió vờn nhẹ một kề vai
Xin cho thơ trẻ lại ngày cùng nhau
Kiếp mai và những kiếp sau

SAN PHI
24,05 24,21,24.

SAN PHI

BÙA YÊU

Anh hát cánh hoa biết khóc
Anh hát cánh buồm cong
Vượt qua. màn cứng
Nuốt trộm em dịu dàng

Anh thả bùa yêu
Hút em tích tắc
Thần giao đã chạm mắt thương

Anh thả bùa yêu
Em đã nhận được lời nguyền
Chiếc vé cuối …
Và em biết! mình sẽ đi riêng cùng anh, thật lâu

Anh cất tiếng hát
Anh nhún nhảy guốc tơ hồng như được yểm bùa
Cây khô bỗng chốc nở hoa

Anh thả bùa yêu.
Và em đã yêu anh
Linh nghiệm.

SAN PHI
Govap August 7, 2023 4:30 am

NHẬT KÝ VĂN HỌC

Dưới đây là những điểm nổi bật trong sinh hoạt văn hóa — nghệ thuật (VH-NT) trong tháng 11 năm 2025, cả ở quy mô quốc tế và trong nước Việt Nam, cùng với một số xu hướng và những điều cần chú ý. Nếu bạn muốn tập trung sâu vào một lĩnh vực (thơ, văn học, sân khấu, điện ảnh, dân tộc…), tôi có thể tìm thêm.

I. Những xu hướng và sinh hoạt VH-NT quốc tế đáng chú ý

Trước tiên, trên bình diện quốc tế, có vài xu hướng và sinh hoạt đáng ghi nhận (dù không phải tất cả đều có lịch cụ thể trong tháng 11/2025):

Liên hoan, festival quốc tế đa ngành

— Nhiều quốc gia tổ chức các festival âm nhạc, múa, triển lãm nghệ thuật đương đại, biennale, hội chợ nghệ thuật… Đây là nền tảng giao lưu, trao đổi sáng tạo giữa các nền văn hóa khác nhau.

— Ví dụ: một quốc gia có thể tổ chức "Tuần Văn hóa quốc tế", "Festival múa đương đại", "Hội chợ sách quốc tế", "Liên hoan phim quốc tế" vào mùa thu — là thời điểm thuận lợi cho các hoạt động văn hóa.

Giao lưu văn hóa xuyên quốc gia & bản sắc dân tộc

— Các quốc gia, vùng lãnh thổ dùng việc mời các nhóm biểu diễn dân tộc, âm nhạc truyền thống, múa dân gian, biểu diễn múa đương đại có "chất bản địa", để quảng bá văn hóa.

— Phong cách kết hợp/trộn giữa truyền thống và hiện đại (ví dụ: nhạc dân tộc + điện tử, múa dân gian + ánh sáng/ công nghệ) đang là xu hướng tiếp tục mạnh.

Hợp tác quốc tế văn hóa – nghệ thuật – thương mại

— Ngoài mục tiêu nghệ thuật, các festival thường gắn liền

với giao thương, du lịch văn hóa, quảng bá thương hiệu, xúc tiến đầu tư văn hóa, hợp tác sáng tạo (residency artist exchange)…

— Các hoạt động như workshop, hội thảo chuyên ngành (nhạc, sân khấu, sáng tác, bảo tồn) thường được tổ chức bên lề các liên hoan quốc tế.

Sử dụng công nghệ trong biểu diễn & trưng bày

— Trình diễn ánh sáng – hình ảnh tương tác – công nghệ AR/VR, mapping, trình chiếu kỹ thuật số ngày càng được tích hợp vào các show nghệ thuật, giúp nâng cao trải nghiệm khán giả.

— Triển lãm nghệ thuật đương đại quốc tế thường có phần sắp đặt đa phương tiện, nghệ thuật kỹ thuật số, media art.

II. Những sinh hoạt VH-NT nổi bật tại Việt Nam trong tháng 11/2025

Dưới đây là các sự kiện, dự kiến hoặc đã được công bố, mà bạn có thể quan tâm:

Tên sự kiện /Thời gian / địa điểm dự kiến /Nội dung nổi bật / điểm sang / Ghi chú / ý nghĩa

Liên hoan Múa rối quốc tế 2025 dự kiến 15–26/11/2025 tại Quảng Ninh. Có 12–15 đoàn múa rối chuyên nghiệp đại diện nhiều quốc gia; các thể loại múa rối: rối nước, rối que, rối đen, rối bóng, rối mặt nạ…

Báo Kinh Tế Đô Thị

baochinhphu.vn

Đây là dịp để nghệ thuật múa rối Việt Nam giao lưu với quốc tế, quảng bá giá trị bản địa.

baochinhphu.vn

Liên hoan Phim Việt Nam lần thứ XXIV / trong tháng 11/2025 (thời điểm cụ thể chưa công bố chi tiết) Các phim Việt được trình chiếu, tranh giải, giao lưu điện ảnh giữa các tác giả, nhà sản xuất, nhà phê bình.

Bộ Văn Hóa, Thể Thao Và Du Lịch

Liên hoan Phim Việt Nam là ngày hội quan trọng của điện ảnh trong nước, thể hiện tính sáng tạo và xu hướng của điện ảnh Việt.

Bộ Văn Hóa, Thể Thao Và Du Lịch

Festival Bảo tồn & Phát triển làng nghề quốc tế 2025 1 4 18/11/2025, Hoàng thành Thăng Long, Hà Nội Triển lãm làng nghề truyền thống, quảng bá sản phẩm thủ công, hoạt động trải nghiệm làng nghề, hội thảo về bảo tồn sáng tạo nghề truyền thống.

https://baomoi.com

Giúp gắn kết giữa nghệ thuật truyền thống với thị trường hiện đại, tăng nhận thức về vai trò làng nghề trong văn hóa và kinh tế sáng tạo.

2025 K-pop Festa in Da Lat (K-Vietnam Pop-up Festa) 7 9/11/2025, Quảng trường Lâm Viên, Đà Lạt Có các hoạt động giao lưu Hàn – Việt: flashmob, biểu diễn nhạc cụ truyền thống Việt – Hàn, trình diễn áo dài – hanbok, thi ẩm thực truyền thống, quảng bá văn hóa nghệ thuật hai nước.

vietnam.vn

Sự kiện âm nhạc + văn hóa, hướng đến giới trẻ, là điểm hội nhập văn hóa pop Hàn Quốc với bản sắc Việt.

Lễ hội Việt – Nhật tại TP. HCM tháng 11/2025 (chưa rõ ngày cụ thể) Bao gồm giao lưu văn hóa, biểu diễn cải lương,đờn ca tài tử, võ cổ truyền, trình diễn áo dài & trang phục truyền thống Việt – Nhật, ca nhạc, chiếu phim Việt Nam.

Tạp chí Du lịch

Tạo cơ hội giao lưu văn hóa song phương, trình diễn nghệ thuật truyền thống & đương đại.

Giỗ tổ Sân khấu / hoạt động kỷ niệm nghệ thuật sân khấu theo lịch truyền thống (thường rơi vào các ngày âm lịch mùa thu) Các nhà hát tổ chức dâng hương Tổ nghiệp sân khấu, biểu diễn vở kịch, chương trình nghệ thuật đặc biệt để tôn vinh nghệ sĩ, tri ân truyền thống sân khấu.

Báo và Phát Thanh, Truyền hình Thanh Hóa

Đây là phong tục trong giới nghệ thuật sân khấu, giữ kết nối truyền thống và cộng đồng nghệ sĩ.

Lễ hội hoa dã quỳ – núi lửa Chư Đăng Ya, Gia Lai 10–13/11 (~) Hoa dã quỳ nở rộ, các hoạt động du lịch văn hóa, trải nghiệm văn hóa dân tộc bản địa (các dân tộc Tây Nguyên)

threeland.com

Kết hợp du lịch – văn hóa dân tộc, tạo điểm nhấn cảnh quan thiên nhiên + văn hóa địa phương.

III. Nhận xét, thách thức và ý nghĩa đối với đời sáng tạo thi ca / VHNT cá nhân

Cơ hội giao lưu & lan tỏa: Những festival quốc tế và liên hoan múa rối, phim, nghệ thuật dân tộc là dịp để cá nhân sáng tác (thi ca, thơ, văn học, nghệ thuật trình diễn) giới thiệu tác phẩm, kết nối với đồng nghiệp trong và ngoài nước.

Chọn lọc bản sắc & đổi mới nghệ thuật: Trong môi trường giao lưu mạnh mẽ, việc giữ bản sắc riêng (cội nguồn văn hóa dân tộc) mà vẫn đổi mới sáng tạo là thách thức – nhất là với thơ văn, biểu diễn thơ trong các sự kiện nghệ thuật.

Thời gian & tài lực: Các sự kiện lớn đòi hỏi nguồn lực — kinh phí, tổ chức, tham gia tranh tài — với cá nhân nghệ sĩ trẻ, điều này là rào cản. Cần tổ chức tốt, hỗ trợ nghệ sĩ độc lập.

Tương tác với khán giả: Những chương trình kết hợp trải nghiệm (workshop, đọc thơ, giao lưu, không gian thơ — âm nhạc) là điểm mới mà các tác giả thi ca nên tận dụng để tiếp cận công chúng.

Thể loại đa phương tiện: Việc đưa thơ vào không gian âm nhạc, video, ánh sáng – multimedia tương tác — là hướng phát triển mà người làm thi ca có thể thử nghiệm để mở rộng ngôn ngữ nghệ thuật.

Nếu bạn muốn, tôi có thể gửi lịch chi tiết (ngày, giờ, địa điểm) các sự kiện VHNT trong tháng 11/2025 ở Việt Nam (văn học, thơ, sân khấu, âm nhạc) để bạn dễ theo dõi và nếu muốn tham gia/tham dự. Bạn muốn tôi làm điều đó không?:

Dưới đây là một số lịch chi tiết đã công bố cho các sự kiện văn hóa – nghệ thuật (VHNT) nổi bật tại Việt Nam trong tháng 11/2025. Tôi sẽ tiếp tục cập nhật nếu tìm được thêm thông tin — bạn cũng có thể chọn những sự kiện phù hợp để tham dự hoặc gửi mình để lọc các sự kiện chuyên về "thi ca/ thơ" nếu muốn.

Lịch sự kiện VHNT tháng 11/2025

Tên sự kiện -Thời gian - Địa điểm - Nội dung chính

Festival Thăng Long-Hà Nội 20251 / 11 – 16 / 11/2025

Báo Nhân Dân điện tử

Nhiều không gian tại Hà Nội (ví dụ: Hoàng thành Thăng Long, Văn Miếu-Quốc Tử Giám, khu vực hồ Hoàn Kiếm)

Laodong

Hơn 30 hoạt động văn hóa-nghệ thuật: trưng bày, diễn nghệ thuật, trình diễn thời trang áo dài, múa rối, tọa đàm…

Báo Nhân Dân điện tử

Festival Sông Hồng 202518 / 11 – 24 / 11/2025; Lễ khai mạc: 20:00 ngày 19/11/2025

Báo Văn Hóa

Quảng trường Kim Tân & Quảng trường Nam Cường, tỉnh Lào Cai

bvhttdl.gov.vn

Trưng bày và tái hiện nghi lễ văn hóa, trình diễn dân ca – dân vũ, làng nghề, sản phẩm OCOP, các hoạt động giao lưu quốc tế.

Báo Văn Hóa

Liên hoan Múa rối quốc tế 2025 -Tháng 11/2025 (chưa rõ ngày cụ thể)

baochinhphu.vn

Tỉnh Quảng Ninh (Việt Nam)

baochinhphu.vn

Giao lưu múa rối quốc tế: nhiều đơn vị chuyên nghiệp, các thể loại rối như rối nước, rối que, rối bóng…

baochinhphu.vn

Liên hoan Phim Việt Nam lần thứ XXIV. Dự kiến 21 – 25

/ 11/2025

bvhttdl.gov.vn

Thành phố Hồ Chí Minh

bvhttdl.gov.vn

Giới thiệu phim Việt Nam, trao giải, hội thảo chuyên ngành điện ảnh.

bvhttdl.gov.vn

Musique De Salon 18 – Đêm nhạc "Nghe Hương Ngày Thu" 20:00 ngày 1/11/2025

Ticketgo

Cung Văn hoá Lao động Hữu nghị Việt Xô – số 91 Trần Hưng Đạo, Quận Hoàn Kiếm, Hà Nội

Ticketgo

Hòa nhạc với dàn nhạc Orchestra Musique de Salon, ca sĩ tên tuổi, không gian âm nhạc thu-ấm.

Ticketgo

Live-Concert "Cửa sổ âm nhạc No.– Bài hát thu về" 20:00 ngày 4/11/2025

Ticketgo

Nhà hát Hồ Gươm – số 40 Hàng Bài, Hoàn Kiếm, Hà Nội

Ticketgo

Concert của nhạc sĩ Dương Thụ, với sự góp mặt của nhiều ca sĩ nổi tiếng.

Ticketgo

Lưu ý & đề xuất cho bạn

Vì một số sự kiện chưa công bố đầy đủ ngày/giờ cụ thể (như Liên hoan Múa rối quốc tế), bạn nên theo dõi trang web chính thức hoặc liên hệ ban tổ chức để cập nhật chính xác.

đăng ký sớm (nhất là các concert/hòa nhạc) vì số lượng chỗ có thể giới hạn.

Kiểm tra chính xác địa điểm, thời gian (có thể có thay đổi) và thông tin vé (miễn phí hay trả phí).

Chủ nhân giải Nobel Văn học 2025 gặp vấn đề sức khỏe

Nhà văn đoạt giải Nobel Văn học László Krasznahorkai bất ngờ rời khỏi lễ hội văn học ở Bồ Đào Nha vì vấn đề sức khỏe chưa thể tiết lộ.

- Đức An - Khánh Linh
- Thứ tư, 22/10/2025
-

Nhà văn László Krasznahorkai là chủ nhân của giải Nobel Văn học 2025.

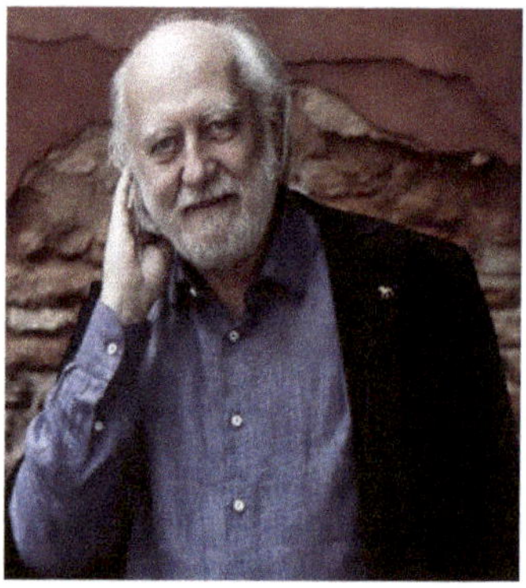

Ảnh: Shutterstock.

Nhà văn László Krasznahorkai là chủ nhân của giải Nobel Văn học 2025. Ảnh: Shutterstock.

Ngày 18/10, nhà văn László Krasznahorkai, chủ nhân của giải NobelVăn học 2025, buộc phải rút khỏi Liên hoan Văn học Quốc tế Fólió 2025 (Bồ Đào Nha) do vấn đề sức khỏe. Theo ban tổ chức, đại diện tác giả cho biết nhà văn sẽ không dự các sự kiện giao lưu và những buổi gặp gỡ báo chí.

Liên hoan Văn học Quốc tế Fólió 2025 là sự kiện đầu tiên László Krasznahorkai công khai xuất hiện sau khi nhận giải Nobel. Vì thế, thông tin ông không thể xuất hiện tại Liên hoan Fólió khiến người hâm mộ thất vọng. Trước đó, ông đã vắng mặt tại lễ khai mạc hội sách lớn nhất thế giới là Frankfurt 2025.

László Krasznahorkai là nhà văn Hungary thứ hai nhận giải Nobel Văn học, sau Imre Kertész (năm 2002) và góp tên vào danh sách những người nhận giải như José Saramago, Ernest Hemingway, Toni Morrison và Kazuo Ishiguro...

László Krasznahorkai là chủ nhân giải Nobel Văn học 2025. Đại diện Viện Hàn lâm Thụy Điển nhận định văn chương của László Krasznahorkai "đầy sức hấp dẫn, thể hiện tầm nhìn sâu sắc giữa thời đại của nỗi sợ hãi về ngày tận thế, tái khẳng định sức mạnh của nghệ thuật".

Khi biết tin mình được trao giải, nhà văn chia sẻ ông cảm thấy vừa "bình tĩnh vừa lo lắng". "Đây là ngày đầu tiên trong đời tôi được nhận một giải Nobel. Tôi không biết tương lai sẽ mang đến điều gì," ông nói trong cuộc phỏng vấn với đài phát thanh Thụy Điển.

Ông được xem như cây bút đương đại quan trọng nhất của Hungary với phong cách văn chương phi lý, châm biếm, tràn ngập nỗi ám ảnh hiện sinh. Ông trở nên nổi tiếng sau tiểu thuyết đầu tay Sátántangó (năm 1985), được đạo diễn Béla Tarr chuyển thể thành phim dài hơn bảy tiếng.

Herscht 07769, tác phẩm mới nhất của ông, kể câu chuyện châm biếm về chủ nghĩa cực đoan chính trị qua góc nhìn của một thợ làm bánh bị cuốn vào những hoạt động băng đảng.

Đến nay, nhà văn có khoảng 7 tiểu thuyết cùng một số truyện ngắn, tiểu luận và kịch bản phim. Các tác phẩm của ông theo chủ nghĩa hậu hiện đại và xoay quanh những chủ đề phản địa đàng, khám phá những ham muốn và thất vọng của con người giữa thế giới rộng lớn, hỗn loạn.

Đọc được sách hay, hãy gửi review cho Tri Thức - Znews

Bạn đọc được một cuốn sách hay, bạn muốn chia sẻ những cảm nhận, những lý do mà người khác nên đọc cuốn sách đó, hãy viết review và gửi về cho chúng tôi. Tri Thức - Znews mở chuyên mục "Cuốn sách tôi đọc", là diễn đàn để chia sẻ review sách do bạn đọc gửi đến qua Email: books@znews.vn. Bài viết cần gửi kèm ảnh chụp cuốn sách, tên tác giả, số điện thoại.

Văn Học **Press**
22 Agostino, Irvine, CA 92614 USA • vmail: +1-949-981-3978
email: vanhocpress@gmail.com • Facebook: Van Hoc Press

PR 10/20/2025
SÁCH MỚI

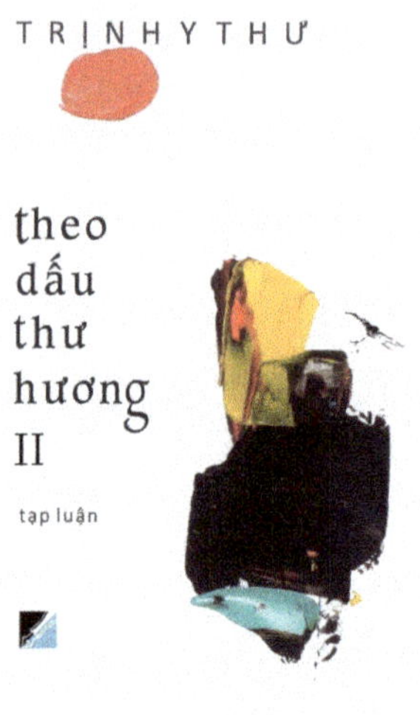

Trân trọng giới thiệu:

THEO DẤU THƯ HƯƠNG II

Tạp luận

TRỊNH • Y • THƯ

VĂN HỌC PRESS xuất bản, 2025

oOo

Lời ngỏ:

Căn cứ vào nhan đề cuốn sách đang cầm trên tay, bạn đọc có thể đoán biết cuốn sách này là tiếp nối cuốn tạp luận *Theo dấu thư hương* xuất bản năm 2022 của tôi.

Quả đúng vậy, bởi nội dung cuốn sách vẫn là sự tiếp nối việc đọc sách trong ba năm qua của tôi, một hành trình, đúng hơn, một thói quen tôi gìn giữ được qua bao năm tháng. Trong *Lời ngỏ* của cuốn sách trước, tôi có sử dụng một trích ngôn của văn hào Gustave Flaubert: “Hãy đọc sách để mà sống!” Nhưng tại thời điểm này, tôi muốn thay vào đó bằng câu nói: “Hãy đọc để biết mình chưa chết”, để quên đi tất cả những điều nhiễu nháo ngoài kia và cả trong lòng, để yêu quý sự cô đơn.

Thi hào Octavio Paz của xứ Mexico từng nói, “Chỉ con người mới biết cô đơn.” Đọc sách, như một thái độ đối với cô đơn, không hẳn chỉ đơn thuần là thú vui hay hoạt động trí tuệ, mà còn là sự định hướng nội tâm có chủ đích, một phương cách khẳng định bản thân, chứ không phải trốn tránh thực tại hay tự cô lập. Đọc sách cho tôi cái thú được cô đơn nhưng tôi không cảm thấy cô độc, như văn hào Hemingway từng nói, “Không có người bạn nào chung thủy như một cuốn sách.” Cuốn sách luôn là người bạn đồng hành thân thiết. Tiếng nói của tác giả, người kể chuyện và các nhân vật trở thành những người bạn đồng hành xuyên thời gian và không gian với tôi. Marcel Proust cũng từng nói rằng đọc sách là "phép màu hữu ích của sự giao tiếp giữa cô đơn." Vì vậy, cô đơn không hề trống rỗng, nó được lấp đầy bởi sự hiện diện của những người khác thông qua sách.

Đọc sách đích thực – đọc chậm rãi, suy ngẫm, đắm chìm, và sau đó viết xuống những ý tưởng của mình về cuốn sách – thường đòi hỏi sự cô đơn. Chính trong sự cô đơn, tâm trí có thể nán lại, đặt câu hỏi và tìm ra ý nghĩa. Hình thức cô đơn này không phải sự rút lui tự cô lập, càng không phải sự tự hủy bản ngã, mà là sự gắn kết sâu sắc giữa bản thân với thế giới. Trong một thế giới phi lý luôn bị khuấy động bởi vô vàn điều vô nghĩa, đọc sách trở thành một hành động tĩnh lặng, kháng cự. Nó thể hiện một thái độ phản kháng đối với không-thời-gian; ý nghĩa của nó đằng sau là "Tôi chọn sự tĩnh lặng, tôi chọn không bị cuốn đi."

Đọc sách còn là cuộc đối thoại với chính mình. Trong cô đơn, đọc sách có nghĩa là tự phản chiếu. Những con chữ trên trang giấy khơi dậy những suy nghĩ, ký ức và cảm xúc, mời gọi người đọc bước vào một cuộc đối thoại nội tâm. Đây là lý do tại sao tôi luôn tìm sách để đọc trong những thời điểm khó khăn như hiện đang vướng phải ở buổi hoàng hôn đời người; nó giúp tôi hiểu rõ hơn trải nghiệm nội tâm.

Sự cô đơn của việc đọc sách trở thành chất xúc tác cho việc định hình và tái định hình đời sống nội tâm. Đọc sách cũng khiến bật lên những khía cạnh triết học, đặc biệt là sách văn học và triết học, bởi nó giúp chúng ta tiếp cận với những câu hỏi hiện sinh như cái chết, ý nghĩa cuộc sống, tình yêu, sự vong thân. Tính cách đối đầu này chỉ có thể xảy ra trong một tâm trạng quán chiếu cô đơn; nhưng nó giúp ta đối mặt không phải trong tuyệt vọng, mà trong sự thấu hiểu lẫn nhau. Tóm lại, như một thái độ đối với cô đơn, không phải đối đầu lại mà hòa nhập vào, đọc sách không chỉ là hành động

Nó biến cô đơn thành kết nối, dửng dưng thành suy ngẫm, và im lặng thành đối thoại.

Như đã thưa trong *Lời ngỏ* của tập sách trước, tôi không phải con mọt sách, cái đọc của tôi giới hạn lắm, vì tôi chỉ đọc những gì tôi thích, và thích nhất là đọc sách của bằng hữu văn chương. Hai người tôi luôn quý mến và quý trọng trong suốt nhiều năm qua là nhà văn Ngô Thế Vinh và nhà thơ Nguyễn Thị Khánh Minh. Cả hai đều có chỗ đứng rất riêng trong cõi văn, cõi thơ của mình, và giữa họ với tôi có mối giao tình rất quý. Bởi thế chẳng có gì ngạc nhiên tôi dành khá nhiều câu chữ ưu ái trong tập sách cho hai vị ấy.

Ngoài ra, tôi cũng dành nhiều tình cảm tốt đẹp cho các nhà văn, nhà thơ khác như Đỗ Hồng Ngọc (tức Đỗ Nghê), duyên, Lê Chiều Giang, Vũ Thư Hiên, Khuất Đẩu, Nguyễn Đức Tùng. Các tác phẩm của họ đã để lại dấu ấn rất lớn trong trái tim tôi.

Riêng trường hợp nhà văn Khuất Đẩu thì là cái duyên, bởi tuy nghe danh tiếng ông từ lâu nhưng tôi chưa bao giờ có duyên đọc trọn vẹn một tác phẩm nào của ông, và cũng chưa từng một lần gặp gỡ. Thế rồi tình cờ tôi được một người bạn cho mượn tập truyện của ông, và tôi đã nghiền ngẫm đọc để có bài viết trong cuốn sách. Khi bài viết xuất hiện, ông đã biên cho tôi một lá thư viết tay chí tình. Điều đó khiến tôi ấm lòng, vì biết tuy xa cách cả một đại dương nhưng vẫn có thể có những tâm hồn cùng chia sẻ với nhau về những điều gì đó trong cuộc nhân sinh.

Tôi cũng thích đọc sách lịch sử, nhưng chính những chuyện xảy ra bên lề lịch sử hay bị chính sử gạt sang một bên, bôi xóa, bóp méo, khiến tôi cảm thấy thôi thúc muốn nói lên cảm nghĩ của mình. Kết quả là những bài viết như *Sự* lãng quên, Tiếng nói như là kết nối giữa hiện tại với quá khứ.

Đặc biệt trong tập sách này, ngoài những bài viết về văn học nghệ thuật, tôi có hai bài viết về khoa học kỹ thuật. Điều này không lạ, bởi thời sinh viên, tôi theo học ban Khoa học, và sau khi ra trường, tôi lăn lộn gần như suốt cuộc đời đi làm kiếm cơm trong các tập đoàn công ty công nghệ điện tử cho đến khi về hưu gần đây. Khoa học, nhất là Vũ trụ học, vẫn là đề tài cho tôi tìm đọc hằng ngày.

Từ năm 2021, tôi cộng tác với *Việt Báo Daily News*, một cơ sở báo chí của cộng đồng người Việt hải ngoại tại Miền Nam California, với bút danh Trịnh Khải Nguyên-Chương. Trong số những bài báo có tính cách thông tin, tôi chọn ra được vài ba bài đắc ý để in chung vào tập sách.

Nói chung, tập sách không có một chủ đề nhất quán, thậm chí, nó là khá lan man, từ chủ đề này nhảy sang chủ đề khác một cách tùy tiện, tùy hứng. Nhưng nhờ vậy, theo tôi, nó đỡ nhàm chán, vốn là một trong những lý do chính khiến người đọc ngày càng ít đi.

Với cuốn sách, tôi hy vọng tạo được nhịp cầu thông cảm giữa tôi và bạn đọc. Một lần nữa, tôi xin bày tỏ lòng tri ân đến tất cả những tác giả có trong tập sách, đã cho tôi nguồn cảm hứng viết những dòng chữ này.

– Trịnh Y Thư

(2025)

@@@

Sách có bán trên BARNES & NOBLE
294 trang, bìa mềm, 5.5” x 8.5”, giá bán: US$20.00
Xin bấm vào đường dẫn sau:
https://www.barnesandnoble.com/w/theo-dau-thu-huong-ii-trinh-y-thu/1148217340?ean=9798319699602

Từ tìm kiếm: theo dau thu huong II, trinh y thu
Hoặc liên lạc với tác giả / NXB qua địa chỉ email sau để mua sách có chữ ký của tác giả:

trinhythu@gmail.com
vanhocpress@gmail.com

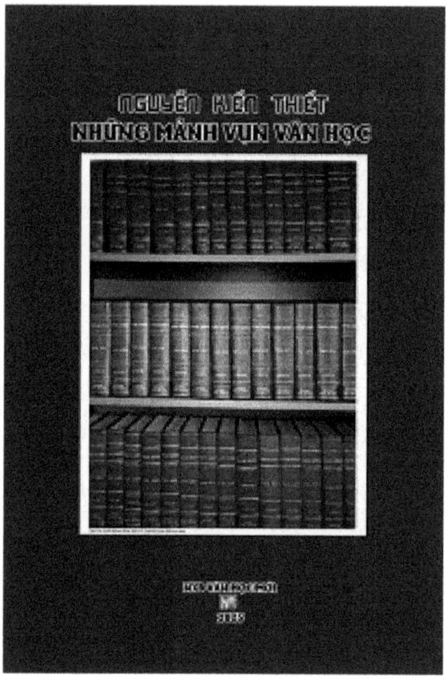
NGUYỄN KIẾN THIẾT
NHỮNG MẢNH VỤN VĂN HỌC

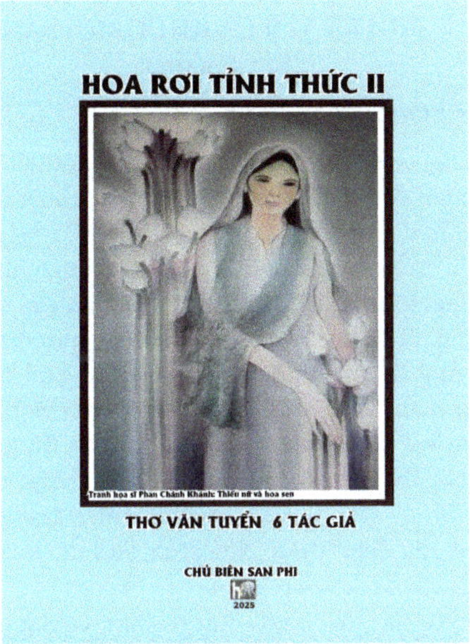

TRÂN TRỌNG GIỚI THIỆU

HOA RƠI TỈNH THỨC II

@

THƠ VĂN TUYỂN 6 TÁC GIẢ

TRỊNH Y THƯ   SAN PHI   VŨ HOÀNG THƯ
HOÀNG XUÂN SƠN   HÀ NGUYÊN DU
TIỂU LỤC THẦN PHONG

NXB / VĂN HỌC MỚI

Sách dày 166

Xin liên lạc: NT Lệ Thu
ntlthu1610@gmal.com
hoặc NXB Văn Học Mới
vanhocmoi4@gmail.com

NGÃ PHƯƠNG HUYỀN
MỖI KỲ VỚI CA KHÚC MỚI SÁNG TÁC
Thư Tòa soạn

Quí thân hữu và độc giả thân mến...

Đã bao lần có sự đề nghị về việc mở ra một tiết mục quan trọng có liên quan đến lãnh vực văn hóa, nghệ thuật nói chung … đó là: "*Mỗi Kỳ Với Ca Khúc Mới Sáng Tác*" … Nhưng BBT/VHM nhận thấy rằng việc đó mang tính "nhạy cảm", là dễ gây ra những ngộ nhận, không khéo sẽ đưa đến những "mất lòng" nhau một cách khó biện giải trong nội hay ngoại giới!!. Vì thế, chúng tôi đã khép lại những đề nghị như đã nêu trên…

Nhưng lại một lần nữa được mở ra với những đề nghị cũ… do từ một cơ duyên rất "may mắn" là từ những dây mơ rễ má của tình thâm thân hữu, dẫn đến một niềm vui và hạnh phúc khôn tả, đó là được: Nhạc sĩ Từ Công Phụng phổ bài thơ: "Người Muôn Thuở" của tôi thành nhạc, với tên mới " *Gửi Người Muôn Thuở*" (Bài thơ này của tôi nằm ở trang 156-157 trong tập thơ "*Anh Biết, Em Yêu Dấu*" được Nhà sách Tự Lực xuất bản & phát hành năm 2001…

Từ những yếu tố "*kích hoạt*" như kể trên, chúng tôi quyết định thực hiện ngay "*Mỗi Kỳ Với Ca Khúc Mới Sáng Tác*" " bao gồm đăng một, hai sheet nhạc và những bài viết về âm nhạc mang tính nghiên cứu, thảo luận, kể cả những tản mạn đóng góp vào loại hình nghệ thuật dùng âm thanh để diễn đạt, mang nặng tính quần chúng đám đông hơn cả này !! Tiểu mục do **Ngã Phương Huyền phụ trách ...**

Thưa quí thân hữu ...

Thật lòng mà nói rằng, mọi thứ trên đời đều không vượt thuyết tương đối … Việc tương tác thuần tính công tâm, bình đẳng cũng chỉ vững vàng được trong chủ quan đầy niềm tự tin, mới mong mạnh bước với những diễn tiến tốt đẹp, mang niềm vui và hạnh phúc đến với mọi người…

Trân trọng.

*** Kỳ thứ XVIII**

1/ Giọt Cuối Em Tràn Ly Ta_ thơ Hà Nguyên Du_nhạc Trần Duy Đức
2/ Bên Kia Là Ngày _thơ Biển Bắc _nhạc Hà Nguyên Du

Giọt Cuối Em Tràn Ly Ta

Thơ Hà Nguyên Du
Trần Duy Đức soạn thành ca khúc

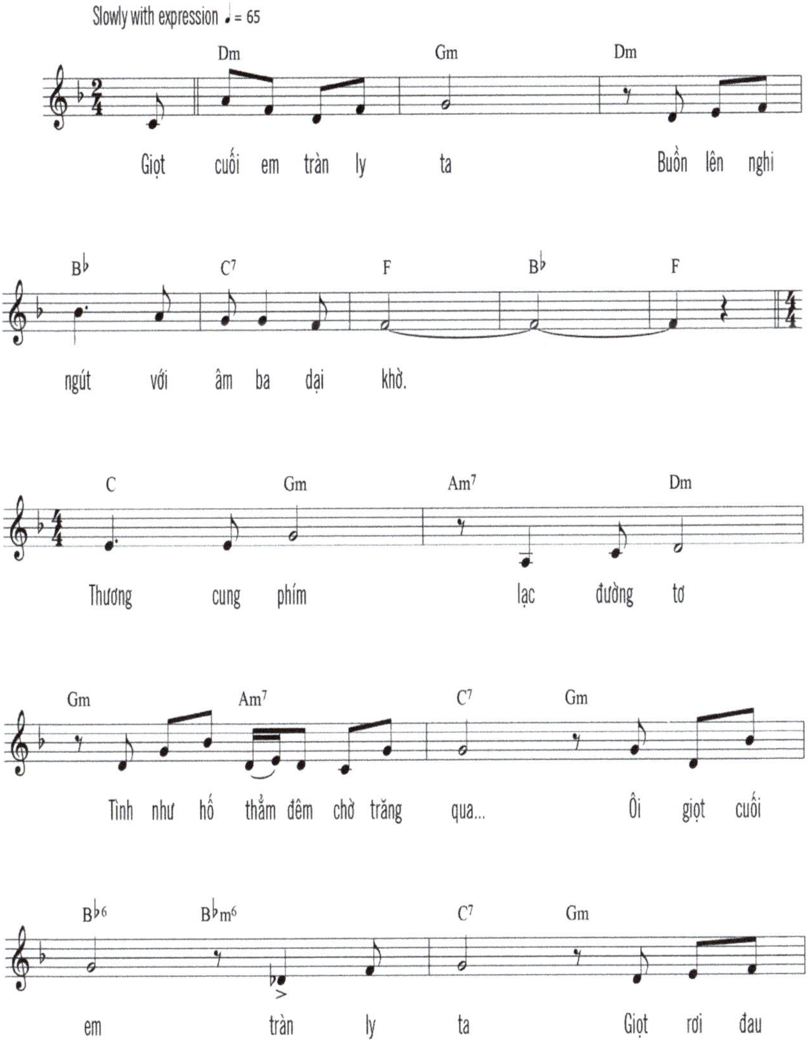

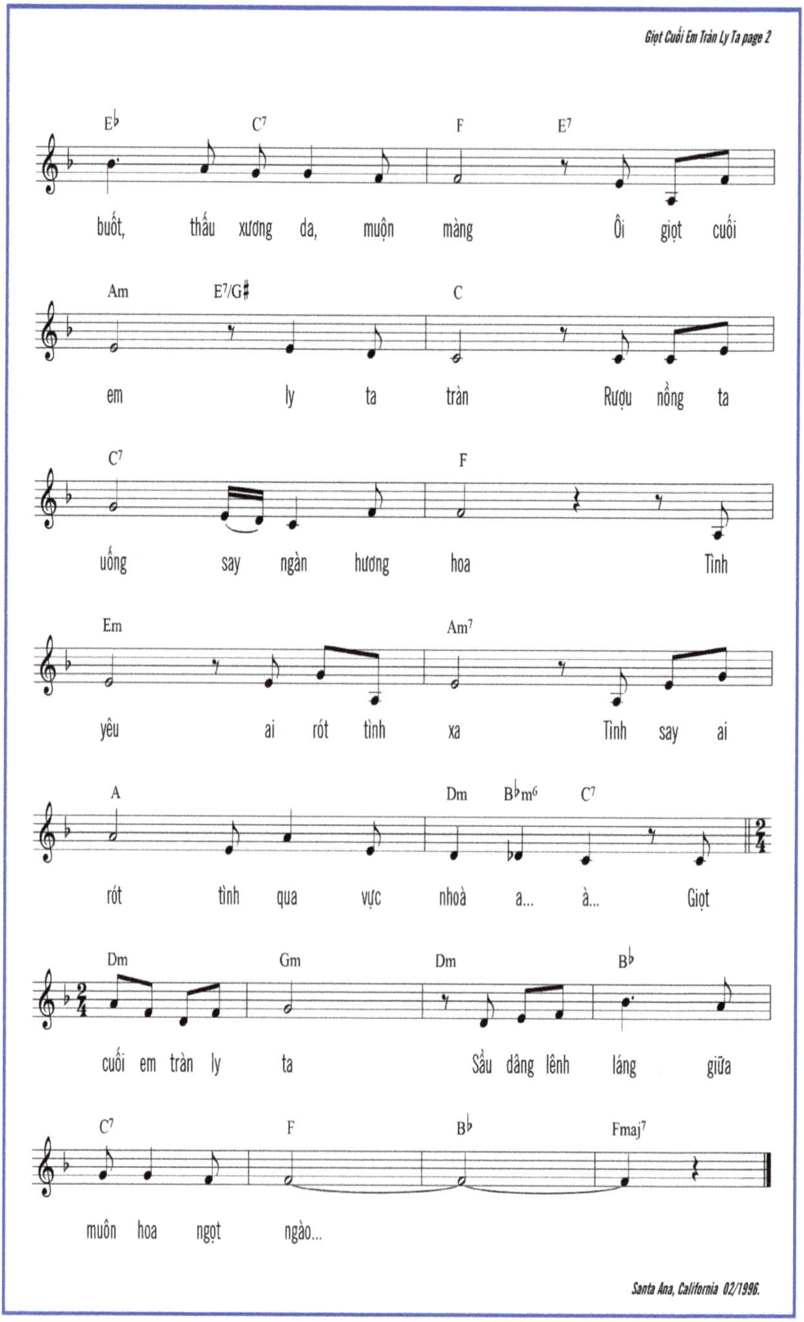
Giọt Cuối Em Tràn Ly Ta page 2
buốt, thấu xương da, muộn màng Ôi giọt cuối
em ly ta tràn Rượu nồng ta
uống say ngàn hương hoa Tình
yêu ai rót tình xa Tình say ai
rót tình qua vực nhoà a... à... Giọt
cuối em tràn ly ta Sầu dâng lênh láng giữa
muôn hoa ngọt ngào...
Santa Ana, California 02/1996.

Bên Kia Là Ngày

Thơ Tân Hình Thức: Biển Bắc
Nhạc : Hà Nguyên Du

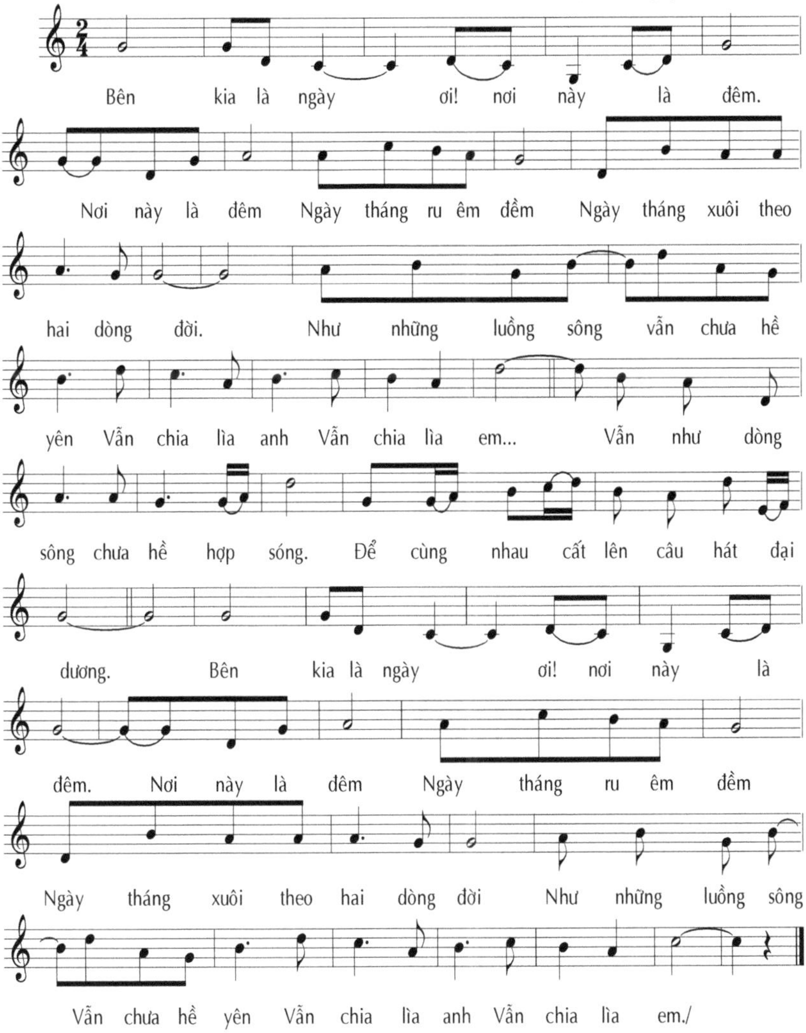

Toàn BBT và quý cộng tác viên tạp chí VĂN HỌC MỚI :

Vô cùng tiếc thương: Nhà Giáo, Nhà văn DOÃN QUỐC SỸ

Pháp danh HẠNH TUỆ

Sanh ngày 17 tháng 2 (nhằm mồng Hai tháng Giêng năm Quý Hợi)
tại Hạ Yên Quyết, Hà Đông, Hà Nội
Đã qua đời vào lúc 10: 05 giờ sáng ngày 14 tháng 10 năm 2025
HƯỞNG THỌ 103 TUỔI

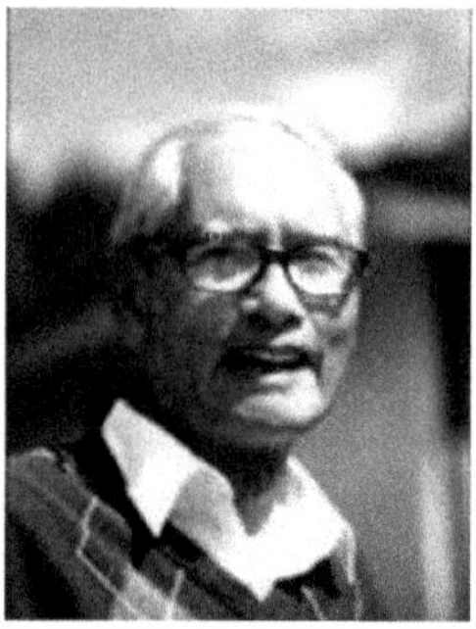

BBT/ Tạp Chí Văn Học Mới & quý cộng tác viên - Thành kính chia buồn cùng gia đình và tang quyến Nhà giáo, nhà văn Doãn Quốc Sỹ . Cầu hương linh Cụ sớm siêu thoát.

Hoàng Ân, Nguyễn Lương Ba, Nguyễn Thị Thanh Bình, Phạm Quốc Bảo, Nguyễn An Bình, Hoàng Chính, Lâm Chương, Khaly Chàm, Ngọc Chuyển, Nguyên Cẩn, Quyên Di, Đông Duy, Phan Hạ Du, Viên Dung, Triều Hoa Đại, Phạm Xuân Đài, Đào Trung Đạo, Nguyễn Tiến Đức, Trần Duy Đức, Trần Vạn Giã, Vũ Uyên Giang, Truong Vu Giang, Hạ Quốc Huy, Thái Tú Hạp, Ngã Phương Huyền, Nguyễn Trung Hối (Phương D Faria), Mộng Yên Hà, Phan Tấn Hải, Trần Việt Hải, Nguyễn Thị Hồng Hải, Lê Hữu, Trần Yên Hòa, Kimchi Hoàng, Lê Văn Hiếu, Nguyên Hà, Người Sông Hậu, Hứa Hiếu, Khế Iêm, Đỗ Kh, Nguyễn Vy Khanh, Doãn Khánh, Lê Trúc Khanh, Sa Chi Lệ, Mã Lam, Khánh Lan, Nguyễn Thị Ngọc Lan, Nguyễn Đình Từ Lam, Ca sĩ Thanh Lan , Nguyên Lê, Nguyễn Vĩnh Long, Trần Dạ Lữ, Lê Tuyết Lan, Vạn Lộc, Miêng, Phan Thành Minh, Chu Vương Miện, Tràm Cà Mau, Nguyên Minh, Phan Thành Minh, Nguyễn Thị Khánh Minh, Ngô Nguyên Nghiễm, Chu Thụy Nguyên, Cổ Ngư, Nguyễn Thị Ngọc Nhung, Huỳnh Liễu Ngạn, Minh Nguyễn, Quang Nguyễn, Dũng Nguyên, Quỳnh Nga, Nguyễn Quang Nhạc, (Trần Văn Nam - Thu Nguyen), Nhật Nguyễn, Nguyễn Minh Nữu, Cao Mặc Niệm, Lê Khánh Nhâm, Phan Tưởng Niệm, Đức Phổ, NP Phan, Nguyễn Nguyên Phượng, Mai Văn Phấn, Tiểu Lục Thần Phong, Hoài Phong, Chu Giang Phong, Tùy Phong, Từ Công Phụng, Hạ Đỏ Bích Phượng, San Phi, Bạch Xuân Phẻ, Lâm Bằng Phương, Lữ Quỳnh, Nguyễn Văn Sâm, Hoàng Xuân Sơn, Tân Sinh, Nguyễn Minh Triết, Phan Ni Tấn, Trần Văn Tích, Nguyễn Đức Tùng, Khánh Trường, Ngự Thuyết, Thành Tôn, Thu Thuyền, Phan Thị Trọng Tuyến, Lê Hưng Tiến, Lê Hữu Minh Toán, Xuân Thủy, Bích Thủy, Nguyễn Kiến Thiết, Huỳnh Viết Tư, Phạm Hồng Thái, Nguyễn Thanh Tuấn, Tuệ Tâm, Tuệ Trung, Trần Quý Trung, Trần Danh Thùy, Vọng Thanh, Trịnh Y Thư, Vũ Hoàng Thư, Vũ Khắc Tế, Trần Hoàng Vy, Trần Hạ Vi, Lưu Diệu Vân, Nguyễn Khôi Việt, Hoài Vũ, Lương Thiếu Văn, Đặng Xuân Xuyến, Hồ Xoa....

TRẢ LỜI THƯ TÍN

1/ Tòa soạn Văn Học Mới, xin chân thành cảm ơn quí thân hữu là Nhà thơ, Nhà văn, Nhà Phê Bình, Biên khảo đã hết lòng ủng hộ..

Rất cảm ơn quí vị đã vì yêu mến VHNT nên không chút lo ngại khi nhiệt tình mua báo dài hạn.

Một niềm hạnh phúc nồng nàn đầy chất khích lệ là gia hạn sự ủng hộ cũng như tiếp tục đóng góp bài vở thường xuyên ... của quí tác giả, quí mạnh thường quân...

Tòa soạn VHM cũng không quên cảm ơn quí vị mua tạp chí của chúng tôi trên Amazon, kể cả mua trong những nhà sách ...

1/Con đường "Lập Đức" của tạp chí VHM vẫn luôn là việc ưu tiên hàng đầu. Vì thế "tiếng thơm đồn xa". Vẫn có lai rai thành viên mới cộng tác, cũng do từ anh em thành viên cũ có quá trình "làm ăn khấm khá với VHM nên giới thiệu cho bạn bè của họ!! Từ đó trong VHM số 20 kỳ đã bắt đầu gia tăng tác giả mua báo dài hạn

2/ VHM một mực thể hiện tình yêu thương quí trọng đến những tác giả đã một đời sống chết với Văn Học Việt Nam, đã để lại nhiều tác phẩm đóng góp.!! (Không phải riêng vì đã cộng tác với VHM mà chúng tôi mới làm số đặc biệt tưởng niệm ...) Mà là thể hiện sống theo đạo lý của dân tộc Việt mình là "Ăn trái nhớ kẻ trồng cây hay uống nước nhớ nguồn..

Có thể kể từ khi VHM ra đời, đã làm số đặc biệt tưởng niếm đến: (Số 2) tưởng niệm nhà thơ/ nhà biên khảo văn học Trần Văn Nam. (Số 6) tri ân nhà thơ/nhà văn/nhạc sĩ Nguyễn Đình Toàn. (Số 8) là số đặcbiệt coi như vinh danh Giai Phẩm Chủ Đề do nhà văn Nguyễn Trung Hối điều hành. (Số 10) tưởng niệm hai nhạc sĩ Nguyễn Hiền và Trầm Tử Thiêng. (Số 13) tưởng niệm Thi sĩ Giáo sư Trần Hồng Châu. Số 16) tưởng niệm nhà thơ Kim Tuấn... Và đến số 20, tưởng niệm nhà thơ/nhà văn Hoài Ziang Duy, một tác giả cộng tác đắc lực với tạp chí Văn Học Mới...Đến số 21 là số không chủ đề gì ...

3/ Trong trang Trả Lời Thư Tín thường kỳ, bổn báo xin giữ nguyền 2 phần trả lời 1& 2. Mục đích để có sự liên tục khi nói đến gồm có bao nhiêu số mà VHM đặc biệt tưởng niệm đến những VNS mà chúng tôi đã làm trong mấy năm qua. Chúng tôi sẽ thông báo trước ít nhất 2 số, về dự trù cho những số tiếp theo sẽ là số tưởng niệm và bài viết chuyên đề về Ký giả / Nhà văn / Thi sĩ Hoài Trinh (trong thời kháng chiến chống Pháp, có in trong cuốn "Thi Nhân Việt Nam Hiện Đại Quyển 1 - Do Phạm Thanh biên soạn - NXB Sống Mới 1959). Nhưng sau khi thảo luận với các nhà biên khảo thì bị trở ngại, bởi 1 lý do thiết yếu và duy nhất là Thi sĩ Hoài Trinh, dù nổi tiếng trong những thập niên trước của thời ông sinh hoạt, nhưng chí có nhiều bản thảo về truyện và thơ mà chưa bung ra đời bằng sách xuất bản. Từ đó kêu gọi người viết thì thiếu hẳn tài liệu. Chính vì thế chúng tôi sẽ tiếp tục tưởng niệm hay vinh danh những tên tuổi dưới đây:

Số 28 Vinh danh Nhà Văn Nguyễn Văn Sâm
Số 31 Tưởng niệm Nhà văn Nguyễn Xuân Hoàng
Số 32 Tưởng niệm Nhạc sĩ Đỗ Lễ
Số 33 Vinh Danh Nhà Thơ Hoàng Xuân Sơn
Số 34 Bắt đầu phát hành vào tháng 11.2024 - mỗi tháng ra 1 số báo ...
Số 47 Vinh Danh Nhà giáo, nhà văn. nhà biên khảo Nguyễn Kiến Thiết (60 năm đóng góp cho VHNT Việt Nam)

4/ VHM số 24 tưởng niệm Nhà văn Nguyễn Trung Hối

5/ Trong 2 tháng vừa qua, VHM làm hai số dồn một, tức là số "22 &23" thuộc số tháng 2 năm 2023 Xuân Quí Mão. Chính bổn báo cũng không ngờ rằng với chỉ mục đích là "Kỷ Niệm 5 Năm Phát Hành Văn Học Mới" thôi!! (Theo dự trù là nhắm giới thiệu sự nghiệp sáng tác của mỗi tác giả) nên dành nhiều trang để họ có dịp tỏ bày... Ngờ đâu rằng "phóng lao thì phóng theo lao" ... Số trang tăng vọt lên chưa từng có trong lịch sử của mọi thời, mọi tờ báo Văn Học. (tăng gần 8 trăm trang). Khiên tờ báo nặng ký như cuốn tự điển.... Phát hành xong, mỗi tác giả đều có trong tay, hẳn nhiên sự trố mắt nhìn và tấm tắc khen ngợi không tiếc lời!!

6/ Trong Văn Học Mối số 22 & 23 Xuân Quí Mão vừa qua, có số lượng tác giả gia hạn mua báo dài hạn cũng tăng đều đặn.... Bổn báo chân thành cảm ơn quí tác giả tích cực cộng tác với VHM và nhiệt tình ủng hộ báo dài hạn. Một hành động nhân quả tốt đẹp là một niềm khích lệ vô cùng lớn lao cho tờ báo thêm mạnh bước chân cứng đá mềm!!

7/ VHM số 27 & 28 đã công bố trước ngày bắt đầu của "Giải Thơ Văn Học Mới 2024" . Thật sự ngày tháng bắt đâu nhận bài là giữa tháng hai và kết thúc đến giữa tháng 5 > Tháng 6 mới công bố kết quả giải, nhưng từ khi bắt đầu công bố sớm trên VHM số 27, đã có hàng loạt người ở khắp nơi đã gửi bài dự thi trước rồi, Đó là một biểu hiện tích cực đầy lạc quan cho Giải Thơ mang tính đột phá và thăng hoa cho "dòng chảy VHNT" ở Hải Ngoại của chúng ta....Mãi cho đến VHM số 29 Xuân Giáp Thìn cận kề đến, số lượng người tham dự càng tiếp tục gia tăng hơn. Chúng tôi đang chuẩn bị đánh "số mật mã cho mỗi tác giả" để giữ công bằng và gửi đến mỗi giám khảo trong hội đồng chấm giải...

8/ Xin quý tác giả **LƯU Ý** , khi gởi bài cho Văn Học Mới - **Bộ mới phát hành mỗi tháng ra một số (1 Tháng / ra 1 số - "Nguyệt San Báo) :**
- Về thơ: Không quá 3 trang...

- Về Truyên ngắn: Không quá 12 trang, nếu hơn ... có thể đăng làm 2 kỳ) Kính gởi: Ban Biên tập Tạp chí Văn Học Mới,

Tôi là : Vũ Khắc Tế, hiện có một số truyện ngắn và thơ muốn gửi đăng trên tạp chí. Rất mong Ban Biên tập cho tôi biết các tiêu chí tuyển chọn cũng như yêu cầu về nội dung, độ dài và hình thức bản thảo để tôi có thể hoàn thiện và gửi đúng quy định.

Xin chân thành cảm ơn và kính chúc Tạp chí ngày càng phát triển.

Chào anh Vũ Khắc Tế,

Ban Biên tập Tạp chí Văn Học Mới rất cảm ơn sự quan tâm và thiện ý cộng tác của anh. Chúng tôi luôn hoan nghênh và trân trọng những đóng góp của các tác giả yêu văn chương. Dưới đây là một số thông tin chi tiết về việc gửi bài cộng tác mà anh có thể tham khảo:

1. Nội dung và Thể loại

Tinh thần sáng tác: Tạp chí của chúng tôi ưu tiên những tác phẩm thuộc lĩnh vực văn học nghệ thuật và sáng tạo tự do. Chúng tôi tìm kiếm những bài viết có giá trị thẩm mỹ, giàu cảm xúc, có phong cách độc đáo và mang hơi thở cuộc sống.
Thể loại: Chúng tôi nhận đăng tải truyện ngắn và thơ. Truyện vừa tiểu luận vv…

Phạm vi: Tạp chí không nhận đăng tải các bài viết có nội dung liên quan đến chính trị và tôn giáo.

2. Độ dài Quy định

Truyện ngắn: Độ dài lý tưởng là không quá 2.500 từ (khoảng 6-8 trang A4, cỡ chữ 12, cách dòng đơn).

Thơ: Tùy thuộc vào thể loại, nhưng nên giữ độ dài vừa phải để đảm bảo tính cô đọng và dễ tiếp cận với độc giả.

3. Hình thức Bản thảo

Định dạng: Bản thảo nên được gửi dưới dạng file .doc hoặc .docx (Microsoft Word).

Thông tin: Anh vui lòng ghi rõ tên tác giả (hoặc bút danh) và thông tin liên hệ (email/điện thoại) ở cuối bài viết.

Về qui định Cộng tác

Chúng tôi xin thông báo rõ:

Việc cộng tác với Tạp chí Văn Học Mới được thực hiện trên tinh thần chia sẻ và niềm đam mê văn nghệ là chính.

Ban Biên tập không có chính sách trả nhuận bút hay tặng báo biếu cho các tác phẩm được chọn đăng. Chúng tôi mong anh hiểu và thông cảm cho điều này. Tác phẩm của anh sẽ được giới thiệu đến cộng đồng độc giả yêu văn học trên nền tảng của Tạp chí.

Chúc anh luôn dồi dào sức sáng tạo và hy vọng sớm nhận được những tác phẩm tâm huyết từ anh.

Trân trọng,

Ban Biên tập Tạp chí Văn Học Mới

Vào 10:45 T.4, 1 Th10, 2025

Khac Te vu <khactevu@gmail.com> đã viết

BÀI VỞ GỞI VỀ VĂN HỌC MỚI:

Gởi sáng tác, xin kèm theo địa chỉ, tên thật (có thể), số phone và Email. Gởi đến Văn Học Mới xin vui lòng đừng gởi báo khác. ***Nay Văn Học Mới phát hành theo định kỳ mỗi tháng ra 1 số. Như vậy trong vòng 1 tháng sau đó mà không thấy đăng, thì quí vị có quyền đăng báo khác. Điều quan trọng Văn Học Mới muốn nhắn nhủ đến quí tác giả là: Chúng tôi không đăng bài đã: 1/Đăng trên Facebook. 2/ Hoặc bất cứ đâu. 3/ Không nhận bài vở viết tay...***

Văn Học Mới xin quí vị lưu ý: là tạp chí **không có qui định trả tiền nhuận bút cho bất cứ tác giả nào cộng tác.** *(Vì vậy, mỗi tác giả trong nước khi gởi bài đăng , dưới tác phẩm thơ / văn, ngoài bút danh với tên thật hay điện thoại là tốt... Nhưng xin đừng ghi như bên VN là CMND và tài khoản ..v..v..*

Bài vở đánh máy trên một mặt giấy. Xin dùng Microsoft Word với công cụ đánh chữ **Uni Code hay Unikey** là tốt nhất. Nên dùng Font chữ thông dụng nhất là **Time New Roman.** *Bài vở không đăng chúng tôi không gởi trả lại. Theo nguyên tắc chờ một số mà không thấy đăng, số kế tiếp nếu có đăng thì chúng tôi sẽ thông báo, để quí vị không đăng báo khác...*

TẠP CHÍ VĂN HỌC MỚI
PHÁT HÀNH 12 SỐ /NĂM
BẮT ĐẦU SỐ 34 / PHÁT HÀNH VÀO THÁNG 11/2024

NHẬN BÀI TỪ NGÀY 1 ĐẾN NGÀY 15
NẾU AI GỬI TRỄ - SẼ DỜI LẠI SỐ SAU

Gửi bài vở cho tạp chí Văn Học Mới theo 3 hộp thư:
vanhocmoi4@gmail.com
hanguyendu@gmail.com
ntlthu1016@gmail.com

Ngân phiếu/ chí phiếu mua báo dài hạn, xin để:
HA NGUYEN
10291 Arundel, Ave
Westminster, CA 92683 - 5821 - USA

Một cách rất tiện lợi và nhanh nhất là gởi trả qua công cụ có sẵn trong mỗi. ngân hàng là ; Zelle. (khi tác giả nào cần trả qua Zelle hãy email trước cho biết , sẽ cho số phone , kèm theo tên Ha Nguyen nữa là xong.

GIÁ BIỂU BÁO DÀI HẠN 12 SỐ / NĂM

HOA KỲ / MỘT NĂM / $ 240.00 . HAI NĂM $ 460.00

MUA______/ NĂM

CANADA / AUSTRALIA / PHÁP / ĐỨC
MỘT NĂM $ 280.00 . HAI NĂM / $540.00

MUA______/ NĂM

GIÁ BÁN TẠI CÁC NHÀ SÁCH US $20.00

GIÁ BIỂU BÁO DÀI HẠN 12 SỐ / NĂM

HOA KỲ / MỘT NĂM / $ 240.00 . HAI NĂM $ 460.00

MUA______/ NĂM

CANADA / AUSTRALIA / PHÁP / ĐỨC
MỘT NĂM $ 280.00 . HAI NĂM / $540.00

MUA______/ NĂM

GIÁ BÁN TẠI CÁC NHÀ SÁCH US $20.00

GIÁ BIỂU BÁO DÀI HẠN 12 SỐ / NĂM

HOA KỲ / MỘT NĂM / $ 240.00 . HAI NĂM $ 460.00

MUA______/ NĂM

CANADA / AUSTRALIA / PHÁP / ĐỨC
MỘT NĂM $ 280.00 . HAI NĂM / $540.00

MUA______/ NĂM

GIÁ BÁN TẠI CÁC NHÀ SÁCH US $20.00

Chúng tôi NHẬN in ấn tác phẩm thuộc VHNT

NHÀ XUẤT BẢN VĂN HỌC MỚI

Phát hành toàn cầu qua hệ thống Amazon.
Sẽ giao đến tận nhà quí vị. Trên
tinh thần ủng hộ quí Văn Nghệ Sĩ
và thân hữu trong giới sáng tác
Liên lạc Hà Nguyên Du

vanhocmoi4@gmail.com
tapchivanhocmoi.tho@gmail.com
ntlthu1016@gmail.com

Tranh bìa: Linh Cảnh III # 37 - Tranh Họa sĩ Nguyễn Việt Hùng

Trình bày Bìa & Nội dung: HÀ NGUYÊN DU

*

www.ingramcontent.com/pod-product-compliance
Ingram Content Group UK Ltd.
Pitfield, Milton Keynes, MK11 3LW, UK
UKHW021606110926
15112UKWH00017B/94